INSIGHT PUBLICA®

INSIGHT PUBLICA®
Nadakkavu, Kozhikode, Kerala
Tel:0495 4020666
www.insightpublica.com
e-mail: insightpublica@gmail.com
Ormayile Cricket Mukhangal
(Malayalam-Study)
Cleetus Neelankavil
First Edition: August 2020

ISBN 978-93-90355-71-6

ഓർമയിലെ ക്രിക്കറ്റ് മുഖങ്ങൾ

ക്ലീറ്റസ് നീലങ്കാവിൽ

INSIGHT PUBLICA®

സമർപ്പണം

ആദ്യം കപിലിന്റെയും, പിന്നീട് സച്ചിന്റെയും
ആരാധകനായ അപ്പച്ചന്,
സച്ചിനെ മാത്രം കണ്ടാൽ മനസ്സിലാകുന്ന അമ്മച്ചിക്ക്,
സച്ചിനേക്കാൾ, ദ്രാവിഡിനെ സ്നേഹിച്ച അനുജന്,
സച്ചിനോ, അതാരാ? ഹിന്ദി നടനാണോ
എന്നു ചോദിക്കുന്ന ഭാര്യക്ക്...
(ചുമ്മാ ഒരു രസത്തിന്... അവൾക്കു സച്ചിനെ ഒക്കെ അറിയാം)

നീലങ്കാവിൽ ജോസിന്റെയും,കുണ്ടുകുളങ്ങര പുഷ്പയുടെയും മൂത്ത മകനായി 1983 നവംബർ 17 ന ജനിച്ചു. തൃശ്ശൂരിലെ തങ്ങാലൂർ ആണ് സ്വദേശം.അവണൂർ ശാന്ത ഹയർ സെക്കണ്ടറി സ്കൂളിൽ നിന്ന് പ്ലസ് 2 പാസ്സായ ശേഷം, തൃശ്ശൂർ ജൂബിലി മെഡിക്കൽ കോളേജിൽ അനസ്തേഷ്യ ടെക്നോളജി കോഴ്സിൽ ചേർന്നു. ഇപ്പോൾ കുവൈറ്റിൽ അനസ്തേഷ്യ ടെക്നിഷ്യൻ ആയി ജോലി നോക്കുന്നു.ഫേസ്ബുക് ഗ്രൂപ്പുകളിൽ ക്രിക്കറ്റ് ലേഖനങ്ങൾ സജീവമായി എഴുതുന്നു.

ഭാര്യ : സുമി സെബാസ്റ്റ്യൻ
മക്കൾ : ഹെലൻ തെരേസ, എസ്തർ റോസ്
ഇമെയിൽ: cleetusnj@gmail.com

ക്ലീറ്റസ് നീലങ്കാവിൽ

ആമുഖം

എൺപതുകളുടെ മദ്ധ്യാഹ്നം തുടങ്ങി, ഇന്ത്യയിൽ ക്രിക്കറ്റിന്റെ വസന്തകാലമായിരുന്നു... മറ്റേതൊരു കായിക വിനോദത്തെക്കാളും പേരും, പെരുമയും, സ്വാധീനവും അത് നേടിയെടുത്തു.. തൊണ്ണൂറുകൾ ലോകക്രിക്കറ്റിനെ പിന്നെയും പുഷ്കലമാക്കി... ആ കാലത്തിലേക്ക്,ഒരു തിരിച്ചു പോക്ക് മാത്രമാണ് ഞാൻ ഉദ്ദേശിക്കുന്നത്.. അന്ന് ക്രിക്കറ്റ് മൈതാനത്തെ ത്രസിപ്പിക്കുകയും, പിന്നീട് അത്രയധികം ഓർക്കപ്പെടാതെ പോവുകയും ചെയ്തു ചിലർ, കാലത്തിനു പോലും മായ്ക്കാൻ ആകാത്ത പ്രകടനങ്ങൾ കാഴ്ച വെച്ച വേറെ ചിലർ, ഇപ്പോളും ക്രിക്കറ്റിന്റെ ഇതര മേഖലകളിൽ ജ്വലിച്ചു നിൽക്കുന്ന പിന്നെയും ചിലർ...അങ്ങനെ തൊണ്ണൂറുകളിലെ ക്രിക്കറ്റ് വസന്തമായി ഉദിച്ചു നിന്ന 50 താരങ്ങളെ പറ്റിയുള്ള ചെറുവിവരണങ്ങൾ ആണ് ഉദ്ദേശിച്ചിട്ടുള്ളത്... ഫേസ്ബുക്കിലെ ചില ക്രിക്കറ്റ് ഗ്രൂപ്പുകളിൽ തുടർച്ചായി പോസ്റ്റ് ചെയ്തിരുന്ന കുറിപ്പുകൾ ആണ് അധികവും. അവിടുന്നു കിട്ടിയ ആവേശവും, അനുഗ്രഹവും, സ്വീകാര്യതയും ആണ് ഇപ്പോൾ പുസ്തകരൂപത്തിൽ നിങ്ങളുടെ കൈകളിൽ ഇരിക്കുന്നത്.

സ്പോർട്സ് പാരഡിസോ ക്ലബ്, സ്പോർട്സ് ഡിപ്പോർടീസ്, ക്രിക്കറ്റ് പ്രാന്തന്മാർ, ക്രിക്കറ്റ് കാർണിവൽ എന്നീ ഗ്രൂപ്പുകളോടുള്ള നിസീമമായ നന്ദി പ്രകാശിപ്പിക്കാതെ തരമില്ല. ഈ പുസ്തകത്തിന്റെ ഡി ടി പി വർക്കുകൾ ചെയ്തു തന്ന പ്രിയ സുഹൃത്ത് ശ്രീരാജ് മുതുവിളയെയും ഹൃദയത്തിൽ നിന്നുള്ള നന്ദിയോടെ ഓർക്കുന്നു. വായനക്കാരനോട് നന്ദി പറയാൻ ഞാൻ ആളല്ല. അവരോടുള്ള വികാരം ആ വാക്കിനും അപ്പുറത്താണ്...

ഉള്ളടക്കം

അജയ് ജഡേജ

സാക്ഷാൽ സച്ചിന് ശേഷം 90 കളിൽ ഇത്രയും ആരാധകർ ഉള്ളൊരു താരം ഇന്ത്യയിൽ വേറെ ഉണ്ടായിരുന്നില്ല. ഇന്ത്യൻ കൗമാര മനസ്സുകളുടെ സ്വപ്നനായകൻ ആയിരുന്ന ഈ സുന്ദരൻ. ആദ്യ കാലഘട്ടങ്ങളിൽ ഓപ്പണറായും, പിന്നീട് ഇന്ത്യ കണ്ട ഏറ്റവും മികച്ച മധ്യനിര ബാറ്റ്സ്മാനായും മികച്ച പ്രകടനം. അസർ, സിദ്ദു, സച്ചിൻ എന്നിവരുമായി മികച്ച കൂട്ടുകെട്ടുകളിൽ പങ്കാളി. അതിൽ തന്നെ അസറുമായുള്ള മികച്ച രണ്ടു പാർട്ണർ ഷിപ്പുകൾ ക്രിക്കറ്റ് ലോകം ഇപ്പോളും സ്മരിക്കുന്നു. നാലാം വിക്കറ്റിൽ സിംബാംബ്‌വെക്കെതിരെ ഇരുവരും പടുത്തുയർത്തിയ 275 റൺസിന്റെ അഭേദ്യമായ കൂട്ടുകെട്ട് ഇപ്പോളും റെക്കോർഡാണ്. വട്ടത്തൊപ്പിയും, അതിനു മുകളിൽ കൂളിംഗ് ഗ്ലാസുമായി, ചുറുചുറുക്കോടെ ഗ്രൗണ്ടിൽ നിറയുന്ന ജഡേജ അക്കാലത്തെ ഇന്ത്യയുടെ പതിവ് കാഴ്ചയാണ്. എണ്ണം പറഞ്ഞ ഫീൽഡർ കൂടിയായിരുന്നു ജഡേജ. ഇന്ത്യൻ ഫീൽഡർമാരിൽ എന്നെന്നും ഓർക്കപ്പെടുന്ന പ്രകടനങ്ങളായിരുന്നു ഈ ചോരാത്ത കൈകളുടെ ഉടമയുടേത്.

96 ലോകകപ്പ് ക്വാർട്ടറിൽ പാകിസ്ഥാനെതിരെയുള്ള പ്രകടനം ആണ് ജഡേജ എന്ന് കേൾക്കുമ്പോൾ ഏതൊരു ക്രിക്കറ്റ് പ്രേമിക്കും ആദ്യം ഓർമയിൽ വരിക. 25 ബോളിൽ നേടിയ 44 റൺസ് ഇന്ത്യയെ പൊരുതാവുന്ന സ്കോറിൽ എത്തിച്ചു. അതുവരെ നന്നായി ബൗൾ ചെയ്തിരുന്ന സാക്ഷാൽ വഖർ യൂനിസിനെ അവസാന രണ്ടോവറുകളിൽ വെറും ക്ലബ് ബൗളറെ പോലെ തല്ലി ചതച്ചു കളഞ്ഞു ജഡേജ. കൊച്ചിയിൽ ഓസ്സീസിനെതിരെ സെഞ്ചുറി, സിംബാംബ്‌വെക്കെതിരെ നേടിയ സെഞ്ചുറി. അങ്ങനെ ഓർക്കാവുന്ന നിരവധി

പ്രകടനങ്ങളുടെ ഉടമയാണ് ഈ ഹരിയാനക്കാരൻ. കൊച്ചിയിൽ ബോൾ കൊണ്ട് തിളങ്ങാറുള്ളത് സച്ചിൻ ആണെങ്കിൽ, ബാറ്റ് കൊണ്ട് ജഡേജ ആയിരുന്നു. ഇന്ത്യയുടെ വിശ്വസ്തനായ ഫിനിഷർ ആയിരുന്ന ഒരുകാലത്തു ജഡേജ. റോബിൻ സിങ് ജഡേജ കൂട്ടുകെട്ട് ഒരു കാലത്ത് ഇന്ത്യൻ മധ്യനിരയുടെ ശക്തിസ്രോതസ്സായിരുന്നു. അവർ ഒരുമിച്ച് ഫിനിഷ് ചെയ്ത കളികൾ 90കളിൽ ഇന്ത്യൻ ആരാധകരുടെ ആവേശമായിരുന്നു.

മീഡിയം പേസറെന്ന നിലയിലും ജഡേജ വിജയമായിരുന്നു. അധികം മത്സരങ്ങളിൽ ബൗൾ ചെയ്തിട്ടില്ലെങ്കിലും, ചെയ്തപ്പോളെല്ലാം പുള്ളി റിസൾട്ട് ഉണ്ടാക്കിയിട്ടുണ്ട്. ഷാർജയിൽ ഇംഗ്ലണ്ടിനെതിരെ കൈവിട്ടു പോയി എന്നുറപ്പിച്ച മത്സരം തന്റെ ഒറ്റ ഓവറിലൂടെ ഇന്ത്യയുടേതാക്കാൻ ജഡേജക്ക് കഴിഞ്ഞിരുന്നു. കേവലം 3 റൺ വിട്ടുകൊടുത്തു 3 വിക്കറ്റ് പിഴുത ആ പ്രകടനം ആരും മറന്നു കാണാൻ വഴിയില്ല...

ക്യാപ്റ്റനെന്ന നിലയിലും പ്രശംസാർഹമായ പ്രകടനമാണ് ജഡേജ കാഴ്ച വെച്ചത്. കേവലം 13 മത്സരങ്ങളിൽ മാത്രമേ ഇന്ത്യയെ നയിച്ചുള്ളൂ എങ്കിലും തികഞ്ഞ ആത്മവിശ്വാസവും, പൊരുതാനുള്ള കഴിവും, കൃത്യമായ ഫീൽഡിങ് സെറ്റിങ്ങും, ബൗളിംഗ് ചേഞ്ചുകളും പുള്ളി പ്രകടിപ്പിച്ചിരുന്നു. കോഴവിവാദം ആ കരിയർ അവസാനിപ്പിച്ചില്ലായിരുന്നെങ്കിൽ കഴിവുള്ളൊരു ക്യാപ്റ്റനെ ഇന്ത്യക്ക് ലഭിച്ചേനെ.

ഏകദിനത്തിലെ, ഇന്ത്യ കണ്ട ഏറ്റവും മികച്ച ബാറ്റ്സ്മാന്റെ അന്ത്യം പക്ഷേ, ഇന്ത്യ മറക്കാൻ ആഗ്രഹിക്കുന്ന തരത്തിലായിരുന്നു ലോകക്രിക്കറ്റിലെ ഒരുപാട് പേരുടെ കരിയറിന് അവസാനം കുറിച്ച കോഴ വിവാദം ജഡേജയെയും അവസാനിപ്പിച്ചു. അതിനുശേഷം ചില ബോളിവുഡ് സിനിമകളിലും, സീരിയലുകളിലും പ്രത്യക്ഷപ്പെട്ട ജഡേജ, 5 കൊല്ലത്തെ വിലക്കിനു ശേഷം ഇപ്പോൾ ക്രിക്കറ്റ് സാങ്കേതിക ചർച്ചകളിൽ സജീവ സാന്നിധ്യമാണ്.

അർജ്ജുന രണതുംഗ

1996 ലോകകപ്പ് വരെ ശ്രീലങ്ക എന്ന ടീമും, രണതുംഗ എന്ന ക്യാപ്റ്റനും, ജയസൂര്യ എന്ന ബാറ്റ്സ്മാനും ക്രിക്കറ്റ് ഭൂപടത്തിൽ വലിയ പ്രധാനം ഇല്ല. വിശ്വസ്തനായ മധ്യനിരക്കാരനായി ലങ്കൻ ടീമിൽ നിറസന്നിധ്യമായി ഉണ്ടെന്ന് മാത്രം. ഡിസിൽവ മാത്രം ചില ഒറ്റയാൾ പോരാട്ടങ്ങളിലൂടെ വരവറിയിച്ചിട്ടുണ്ട്. 96 ലോകകപ്പിലൂടെ രണതുംഗ എന്ന ബുദ്ധിമാനായ, കുറേശ്ശേ സെൽഫിഷായ ഒരു ക്യാപ്റ്റൻ ജനിക്കുകയാണ്. അന്നുവരെ കേവലം ഇടങ്കയ്യൻ സ്പിന്നർ മാത്രമായിരുന്ന ജയസൂര്യ എന്ന പിഞ്ച് ഹിറ്ററെ ഓപ്പൺ ചെയ്യിക്കാനുള്ള തീരുമാനത്തിലൂടെ ആയിരുന്നു അത്. ഏകദിനക്രിക്കറ്റിന്റെ ഗതി മാറ്റി മറിച്ച ആ ഒറ്റ തീരുമാനത്തിലൂടെ ലങ്ക ലോകക്രിക്കറ്റ് ശക്തികളുടെ ഇടയിൽ നിർണായക സ്ഥാനം നേടിയെടുക്കുകയിരുന്നു.

96 ലോകകപ്പ് ശ്രീലങ്കക്കും, രണതുംഗക്കും, ജയസൂര്യക്കും ഒരു മേൽവിലാസം ഉണ്ടാക്കി കൊടുത്തു. ഇടങ്കയ്യന്മാരുടെ സ്വാഭാവിക ശൈലി കൈവശമില്ലാത്ത, തീരെ സ്പോർട്സ്മാൻ ലുക്ക് ഇല്ലാത്ത രണതുംഗ പക്ഷേ തന്റെ കുറവുകൾ മറച്ചു വെക്കുന്ന ഒരു ഇന്നിംഗ്സ് കളിച്ചത് ദുർബലരായ കെനിയയോട് ആയിരുന്നു. മധ്യനിരയിൽ തിലകരത്നയെ കൂട്ടു പിടിച്ച് നിർണയകമായ പല ഇന്നിഗ്സുകളും രണതുംഗ അതിനു മുൻപും കളിച്ചിട്ടുണ്ടെങ്കിലും ലോകകപ്പിലെ മികച്ച ഇന്നിംഗ്സ് അതു തന്നെ ആയിരുന്നു. ഡിസിൽവയും സെഞ്ച്വറി നേടിയ ആ മത്സരത്തിലെ 398 എന്ന സ്കോർ 10 വർഷക്കാലത്തോളം ക്രിക്കറ്റിലെ ഏറ്റവും വലിയ ടോട്ടലായിരുന്നു. 96 ലോകകപ്പ് ഫൈനലിലും ക്യാപ്റ്റന്റെ കയ്യൊപ്പ് ചാർത്തിയ ഒരു

മികച്ച ഇന്നിംഗ്സ് കളിച്ചിരുന്ന ഈ ഇടംകയ്യൻ.

വയറും ചാടി, വയസ്സനും, അലസനും ആയ പോലെ ഗ്രൗണ്ടിൽ പ്രത്യക്ഷപ്പെടുന്ന രണതുംഗ പക്ഷേ, ചിലപ്പോളൊക്കെ ഫീൽഡിൽ മിന്നി തെളിയാറുണ്ട്. മീഡിയം പേസറായി ഇടക്ക് പ്രത്യക്ഷപ്പെ ടുമെങ്കിലും ഓർത്തിരിക്കാവുന്ന പ്രകടനങ്ങൾ ഇല്ലെന്നു വേണം പറയാൻ. 96 ലോകകപ്പിൽ ശ്രദ്ധേയമായ ക്യാപ്റ്റൻസി കാഴ്ച വെച്ച അദ്ദേഹം, അതിനു ശേഷം ലങ്ക കണ്ട ഏറ്റവും മികച്ച ക്യാപ്റ്റൻ ആയി മാറുകയായിരുന്നു. ശ്രീലങ്ക എന്ന ശരാശരി ടീമിനെ 11 കൊല്ല കാലത്തോളം നയിച്ച്, ലോകജേതാക്കൾ ആക്കി എന്നതാണ് അദ്ദേ ഹത്തിന്റെ മേന്മ.

ക്രിക്കറ്റിൽ നിന്ന് വിരമിച്ചതിനു ശേഷം, രാഷ്ട്രീയത്തിൽ സജീവമായ രണതുംഗ "ശ്രീലങ്ക ഫ്രീഡം പാർട്ടി" വഴി, പാർ ലിമെന്റിൽ എത്തുകയും, പിന്നീട് ടൂറിസം മന്ത്രിയും, ശ്രീലങ്കൻ ക്രിക്കറ്റ് പ്രസിഡണ്ടും ഒക്കെ ആയി. ശ്രീലങ്കയുടെ പരമോന്നത സിവിലിയൻ പദവിയായ "ദേശമാന്യ" പദവി നേടിയ രണതുംഗ sports &shipping മന്ത്രി ആയി ഇപ്പോൾ സേവനം ചെയ്യുന്നു.

അലക് സ്റ്റുവർട്ട്

ഇംഗ്ലണ്ട് ടീമിൽ ഒരു കാലത്തും പ്രതിഭകൾക്ക് പഞ്ഞമില്ല. ബാറ്റ്സ്മാന്മാരായാലും, ബൗളേഴ്സായാലും ക്രിക്കറ്റിന്റെ ജന്മഭൂമിയിൽ ജനിക്കാതിരുന്നിട്ടില്ല. ഡങ്കൻ ഫ്ലെച്ചറും, ഇയാൻ ബോതവും ഡേവിഡ് ഗവറും ഒക്കെ ലോക ക്രിക്കറ്റിന് മറക്കാൻ കഴിയാത്തവരാണ്. ആ നിരയിലേക്ക് ഒരാൾ വരുന്നു. 1990 ഇൽ. ബാറ്റ്സ്മാൻ ആയി വന്ന സ്റ്റുവർട്ട് പതിയെ കീപ്പറും, പിന്നീട് ക്യാപ്റ്റനും ആകുന്നു. ഇംഗ്ലണ്ടിന്റെ സക്സസ് ആയ ക്യാപ്റ്റന്മാരിൽ സ്റ്റുവർട്ട് മുന്നിൽ നിൽക്കും. 10 കൊല്ലത്തോളം സ്റ്റുവർട്ട് ടീമിനെ നയിച്ചു. ഇംഗ്ലണ്ടിന്റെ ജൈത്രയാത്രയിൽ ആ 10 കൊല്ലങ്ങളുടെ പ്രസക്തി അത്ര ചെറുതല്ല എന്നത് തന്നെയാണ് അലക് സ്റ്റുവർട്ടിന്റെ മികവ്.

സ്പിന്നിനെതിരെ പതറുന്ന സ്വഭാവം ഉണ്ടെങ്കിലും മികച്ചൊരു ഓപ്പണർ ആയിരുന്നു അലക്. 99 ലോകകപ്പിലെ ഉത്ഘാടന മത്സരത്തിൽ ലങ്കക്കെതിരെ എടുത്ത 88 റൺസിന്റെ ഇന്നിംഗ്സ് പുള്ളിയുടെ മാസ്റ്റർ പീസ് ഇന്നിങ്സാണ്. ഇംഗ്ലണ്ട് വലിയ പ്രാധാന്യം കൊടുക്കാത്ത ഏകദിനക്രിക്കറ്റിൽ സ്റ്റുവർട്ട് യഥേഷ്ടം റണ്ണുകൾ വാരിക്കൂട്ടി. ഓപ്പണിങ് ബാറ്റിങ്ങിൽ കുറേക്കാലം തിളങ്ങിയ ഈ വെറ്ററൻ താരം, വിക്കറ്റിന് പിന്നിലും ഇംഗ്ലണ്ടിന്റെ വിശ്വസ്തനായിരുന്നു. ഗിൽക്രിസ്റ്റ്, സംഗക്കാര, ധോണി എന്നീ മികച്ച വിക്കറ്റ് കീപ്പർ ബാറ്റ്സ്മാന്മാർ വരുന്നതിന് മുൻപ് ലോകക്രിക്കറ്റ് കണ്ട ഏറ്റവും മികച്ചവൻ ആയിരുന്നു ഈ ഇംഗ്ലീഷ്കാരൻ.

ടെസ്റ്റ് മത്സരങ്ങളിൽ അലക് ഒരു പടി മുന്നിൽ നിക്കും. 90 കളിൽ ടെസ്റ്റ് മത്സരങ്ങളിൽ ഏറ്റവും കൂടുതൽ റൺസ് നേടിയ ബാറ്റ്സ്മാൻ ആയിരുന്നു സ്റ്റുവർട്ട്. 15 സെഞ്ചുറികൾ കൊണ്ട് അലങ്കരിച്ച

പുള്ളിയുടെ ടെസ്റ്റ് കാരിയർ അനുപമം എന്നെ പറയാവൂ. ഇങ്ങനെ ഒക്കെ ആണെങ്കിലും ഇന്ത്യക്കെതിരെ ഒരു സെഞ്ചുറി അടിക്കാൻ അങ്ങേർക്കു കഴിഞ്ഞിട്ടേയില്ല. സ്പിന്നിനെ തുണയ്ക്കുന്ന ഏഷ്യൻ പിച്ചുകളിൽ അദ്ദേഹം തികഞ്ഞ പരാജയം ആയിരുന്നു എന്ന് വേണം പറയാൻ. ഏഷ്യയിലെങ്ങും ഒരു സെഞ്ചുറി അടിക്കാൻ പുള്ളിക്ക് കഴിഞ്ഞിട്ടില്ല. ഇംഗ്ലണ്ടിന്റെ പ്രസ്റ്റീജ് പരമ്പരയായ ആഷസിൽ എക്കാലവും മികച്ച പ്രകടനങ്ങൾ പുറത്തെടുത്തിരുന്നു ഈ കീപ്പർ ബാറ്റ്സ്മാൻ.

വിരമിച്ചതിനു ശേഷം, ഇംഗ്ലണ്ടിലെ കൗണ്ടി ടീമിന്റെ ബാറ്റിംഗ്, കീപ്പിംഗ് കോച്ചായിരുന്നു പുള്ളി. കൂടാതെ സറേ ക്രിക്കറ്റ് കൗണ്ടി ക്ലബ്ബിന്റെ എക്സിക്യൂട്ടീവ് ഡയറക്ടറും ആയിരുന്നു. അലക് സ്റ്റുവർട്ട് ക്രിക്കറ്റിന് നൽകിയ സംഭാവനകളെ ബഹുമാനിച്ചു, സറേ സ്റ്റേഡിയത്തിലെ വോക്സ് ഹാൾ എൻഡിലെ ഗേറ്റ് "ദി അലക് സ്റ്റുവർട്ട് ഗേറ്റ്സ് "എന്ന പേരിൽ അറിയപ്പെടുന്നു.

അലൻ ഡൊണാൾഡ്

1992ൽ ക്രിക്കറ്റിൽ മടങ്ങിയെത്തിയ പ്രോട്ടീയൻ പട, ക്രിക്കറ്റിൽ വളരെ വേഗം ശക്തി പ്രാപിക്കുന്ന കാഴ്ചയാണ് പിന്നീട് ക്രിക്കറ്റ് ലോകം കണ്ടത്. കെപ്ലർ വെസ്സൽസ്, ഹാൻസി ക്രോണിയ തുടങ്ങിയ മികച്ച ക്യാപ്റ്റന്മാർ അവരുടെ മുന്നേറ്റങ്ങളിൽ പ്രധാന പങ്കു വഹിച്ചു. ബാറ്റിംഗ്, ബൗളിംഗ്, ഫീൽഡിങ് എന്നീ മൂന്നു മേഖലകളിലും വ്യക്തമായ ആധിപത്യത്തോടെ മുന്നേറിയ അവർ ക്രിക്കറ്റിലെ മുഖ്യശക്തികളിൽ ഒന്നാകാൻ വളരെ സമയം എടുത്തതേയില്ല.

1992 ൽ വിൻഡീസിനെതിരെ ഏകദേശം പത്തോളം സൗത്താഫിക്കൻ താരങ്ങൾ അരങ്ങേറ്റം നടത്തിയ ബ്രിഡ്ജ്ടൗൺ ടെസ്റ്റിലാണ് ഡൊണാൾഡ് അരങ്ങേറുന്നത്. അന്ന് തൊട്ടു അവസാന മത്സരം കളിക്കുന്നത് വരെ വേറെ ഒരാൾ അവരുടെ ബൗളിംഗ് ഓപ്പൺ ചെയ്തിട്ടില്ല. മുഖത്ത് വെളുത്ത ചായം തേച്ചു ഓടിയടുക്കുന്ന ഡൊണാൾഡിനെ ബഹുമാനിക്കാത്ത ബാറ്റ്സ്മാന്മാരും അക്കാലത്തു അധികം ഉണ്ടായിട്ടില്ല. ആദ്യ മത്സരത്തിൽ തന്നെ 6 വിക്കറ്റ് നേട്ടത്തോടെ തുടങ്ങിയ ഡൊണാൾഡ്, പിന്നീട് തിരിഞ്ഞു നോക്കിയിട്ടില്ല. ആദ്യകാലങ്ങളിൽ ഫാനി ഡിവില്ലേഴ്സ് ആയും, പിന്നീട് പൊള്ളോക്ക് ആയും ചേർന്ന് വിക്കറ്റുകൾ വാരിക്കൂട്ടി ഡൊണാൾഡ്. എതിരാളികൾക്ക് പോലും ബഹുമാനം തോന്നിക്കുന്ന ബൗളിംഗ് ആക്ഷൻ, ലൈനിലും, ലെങ്ങ്തിലും കാണിക്കുന്ന കൃത്യത, നല്ല വേഗത. സർവോപരി, നല്ലൊരു ഫീൽഡിങ് യൂണിറ്റിന്റെ സപ്പോർട്ടും. ഡൊണാൾഡ് വിക്കറ്റുകൾ വാരിയില്ലെങ്കിൽ അല്ലേ അത്ഭുതം. ടെസ്റ്റിലും, ഏകദിനത്തിലും ഒരുപോലെ അപകടകാരിയായ

ഡൊണാൾഡിനെ ക്രിക്കറ്റ് ലോകം വിളിച്ചു. "വെള്ളിടി"(white lightening).

ടെസ്റ്റിലായിരുന്നു ഡൊണാൾഡ് തന്റെ പേരിനൊത്ത പ്രകടനങ്ങൾ പുറത്തെടുത്തത്. ഇന്ത്യ, ഇംഗ്ലണ്ട്, ഓസ്സീസ് തുടങ്ങിയ വമ്പൻ ടീമുകൾക്കെതിരെ ഡൊണാൾഡ് നിരന്തരം മികച്ച പ്രകടനങ്ങൾ പുറത്തെടുത്തു. 1992 ൽ ഇന്ത്യക്കെതിരായ ആദ്യ മത്സരത്തിൽ തന്നെ 12 വിക്കറ്റുകൾ എടുത്ത ഡൊണാൾഡിന്റെ മികച്ച പ്രകടനവും അത് തന്നെ. രണ്ടു ഇന്നിങ്സിലും 5 വിക്കറ്റ് നേട്ടം!! പിന്നീട് 92-99 വരെയുള്ള സൗത്താഫ്രിക്കൻ പ്രതാപകാലത്തു ഡൊണാൾഡ് അവരുടെ ബൗളിംഗ് ചക്രവർത്തി ആയി അരങ്ങു വാണു. ലോകത്തിലെ പേര് കേട്ട ബാറ്റ്സ്മാന്മാർ എല്ലാം തന്നെ ഈ ഇടിമിന്നലിൽ പലതവണ എരിഞ്ഞടങ്ങി. 72 ടെസ്റ്റുകൾ, 330 വിക്കറ്റുകൾ, 20 തവണ 5 വിക്കറ്റ് നേട്ടം!!!

ഏകദിനത്തിലും ഡൊണാൾഡ് മോശമാക്കിയതേയില്ല. റൺസ് വിട്ടുകൊടുക്കാൻ പിശുക്കനായ ഫാനിയും, വിക്കറ്റെടുക്കാൻ മിടുക്കനായ ഡൊണാൾഡും ചേർന്നുള്ള ബൗളിംഗ് ദ്വയം അക്കാലത്തു കളി കണ്ട ആരും മറക്കില്ല. ജയസൂര്യ-കലുവിതരണ സഖ്യം ഏകദിനക്രിക്കറ്റിൽ 15 ഓവറിൽ 100 റൺസ് എന്ന സൂത്രവാക്യം കൊണ്ടുവന്നപ്പോളും, ഇവർ രണ്ടു പേരും അതിനു പിടികൊടുക്കാതെ നില കൊണ്ടു. ഇന്ത്യക്കെതിരെ കൊൽക്കത്തയിൽ ഇന്ത്യക്കെതിരെ നേടിയ 5 വിക്കറ്റ് നേട്ടവും, 99 ലോകകപ്പ് സെമിയിൽ ഓസ്സീസിനെതിരെ എടുത്ത 4 വിക്കറ്റുകളും ആണ് പെട്ടെന്ന് ഓർക്കുന്നത്. കരിയറിന്റെ അവസാനകാലത്തു, ദ്രാവിഡുമായുണ്ടായ ക്ലാഷ് ഡൊണാൾഡിന് ചീത്തപ്പേരുണ്ടാക്കി കൊടുത്തു. പൊതുവെ ശാന്തനായ ദ്രാവിഡുമായുണ്ടായ വാക്ക് തർക്കത്തെ തുടർന്ന് വാങ്ങിച്ചു കൂട്ടിയ സിക്സർ കരിയറിൽ കറുത്ത പാടായി. 164 മത്സരങ്ങളിൽ നിന്നായി 272 വിക്കറ്റുകൾ !1999 ലോകകപ്പിന് ശേഷം പ്രായാധിക്യത്താൽ നിറം മങ്ങിയ ഡൊണാൾഡ് 2001 ൽ അന്താരാഷ്ട്ര ക്രിക്കറ്റ് അവസാനിപ്പിച്ചു. 99 ലോകകപ്പിലെ സെമിയിൽ ഈസി ആയി ജയിക്കാവുന്ന സെമി ഫൈനൽ ഇല്ലാത്ത റണ്ണിന് ഓടി നശിപ്പിച്ചതും ഡോണാള്ഡിന്റെ കരിയറിൽ കരിനിഴൽ വീഴ്ത്തിയിരുന്നു. വെറും 230 ഓളം അന്താരാഷ്ട്ര മത്സരങ്ങളിൽ നിന്നായി 600 ലേറെ വിക്കറ്റുകൾ എറിഞ്ഞിട്ട ഡൊണാൾഡ് ക്രിക്കറ്റ് കണ്ട മികച്ച പേസർമാരിൽ ഒരാളായി നിലകൊള്ളുന്നു.

അലിസ്റ്റാർ കാംബെൽ

സിംബാംബ്‌വെയുടെ ക്യാപ്റ്റന്മാരിൽ അലിസ്റ്റാർ കാംബെലിനോളം ഓർക്കപ്പെടുന്നവർ ഉണ്ടോ എന്ന് സംശയമാണ്. സിംബാംബ്‌വെ ജയം ശീലിച്ച ഒരു കാലഘട്ടത്തിൽ ഈ ഇടങ്കയ്യൻ ആയിരുന്നു അവരുടെ വലംകൈ. 80 ലധികം മത്സരങ്ങളിൽ സിംബാംബ്‌വെയെ നയിച്ച കാംബെൽ, അവരുടെ ഏറ്റവും വിജയശതമാനമുള്ള ക്യാപ്റ്റൻ ആണ്. 30 ലും വിജയം !37 % വിജയം. സാക്ഷാൽ ഡേവ് ഹ്യൂട്ടന്റെ കീഴിൽ 17 കളികളിൽ കേവലം ഒരു വിജയം മാത്രം ഉള്ളപ്പോൾ ആണിതെന്നോർക്കണം. നല്ലൊരു ടീമിനെ ഒരുക്കിയെടുക്കാൻ കഴിഞ്ഞു എന്നതാണ് പുള്ളിയുടെ ആദ്യ ജയം, തന്റെ ബാറ്റ്സ്മാന്മാരെയും, ബൗളേഴ്സിനെയും കൃത്യമായി ഉപയോഗിച്ച എന്നുള്ളത് അടുത്ത ജയം. സിംബാംബ്‌വെ കണ്ട ഏറ്റവും പ്രതിഭാശാലികളായ ഒരു കൂട്ടം കളിക്കാരെ നയിക്കാൻ കഴിഞ്ഞു എന്നതാണ് ഏറ്റവും വലിയ വിജയം.

അത്ര മോശമല്ലാത്ത ഒരു ഏകദിന ബാറ്റ്സ്മാൻ ആയിരുന്നു കാംബെൽ. ഒരു പക്ഷേ സിംബാംബ്‌വെയുടെ ഏറ്റവും മികച്ച ഓപ്പണർ. 7 സെഞ്ചുറികൾ നേടിയിട്ടുണ്ട് കാംബെൽ. ഇളമുറക്കാരനായ ബ്രെണ്ടൻ ടെയ്‌ലർ ഈയടുത്തു മറികടക്കുന്നത് വരെ ഒരു സിംബാംബ്‌വെക്കാരൻ നേടുന്ന ഏറ്റവും കൂടുതൽ സെഞ്ചുറികളുടെ ഉടമ. ഹരാരെയിൽ ലങ്കക്കെതിരെ പുറത്താകാതെ നേടിയ 131 ആണ് മികച്ച സ്കോർ. പേസ് ബൗളിങ്ങിനെ മികച്ച രീതിയിൽ കളിക്കുന്ന കാംബെൽ, കിവീസിനും, ഓസ്സീസ്സിനും എതിരെയാണ് മികച്ച പ്രകടനങ്ങൾ പുറത്തെടുത്തിട്ടുള്ളത്. 188 മത്സരങ്ങളിൽ നിന്നായി 7 സെഞ്ചുറികളും, 30 അർദ്ധ സെഞ്ചുറികളും അടക്കം 5000 ത്തിലേറെ

റൺസ് നേടിയ കാംബെൽ, സിംബാംബ്‌വെ റൺവേട്ടക്കാരിൽ നാലാമനാണ്.

ടെസ്റ്റിൽ പൊതുവെ സിംബാംബ്‌വെ വലിയ പ്രകടനങ്ങൾ ഒന്നും കാഴ്ച വെച്ചിട്ടില്ല. ആ ഒരു കുറവ് അവരുടെ ബാറ്റിംഗ് ലൈനപ്പിലും കാണാം. മധ്യനിരയിൽ ബാറ്റ് ചെയ്യുന്ന കാംബേലും ഇതിൽ നിന്ന് വ്യത്യസ്തനല്ല. ഏകദിനവും ആയി തുലനം ചെയ്യുമ്പോൾ പരിതാപകരം എന്ന് പറയാവുന്ന ബാറ്റിങ്ങാണ് കാംബെലിന്റെത്. ഇന്ത്യക്കെതിരെ നേടിയ സെഞ്ചുറിയാണ് പെട്ടെന്ന് ഓർമ്മ വരിക. എന്നാൽ സച്ചിനും, ആന്റി ഫ്ളവറും നേടിയ ഡബിൾ സെഞ്ചുറി കളുടെ പേരിലാണ് ആ ടെസ്റ്റ് ഓർക്കപ്പെടുന്നത് എന്ന് മാത്രം. 60 ടെസ്റ്റുകളിൽ നിന്നായി 2 സെഞ്ചുറികളും, 18 അർദ്ധസെഞ്ചുറികളും അടക്കം 3000 നടുത്തു റൺസ് മാത്രം. ഒരു ബൗളിംഗ് ഓൾ റൗണ്ടർ ക്ക് ചേർന്ന പ്രകടനമേ ആവുന്നുള്ളൂ ഇത്. 2003 ൽ അവസാനമത്സരം കളിച്ച കാംബെൽ അതിനുശേഷം ദേശീയ ടീമിന്റെ മാനേജർ ആയി. ഐസിസി യുടെ ഔദ്യോഗിക പാനലിൽ കമന്റേറ്റർ കൂടിയാണ് കാംബെൽ.

ആദം പരോർ

കിവീസ് ക്രിക്കറ്റിന്റെ പ്രത്യേകതകളിൽ ഒന്ന്, മറ്റു ടീമുകൾക്കുണ്ടായ പോലെ ഒരു അപചയം അവർക്കു ഒരു കാലത്തും ഉണ്ടായിട്ടില്ല എന്നതാണ്. ഒരു ശരാശരിക്ക് താഴെ അവർ ഒരിക്കലും പോയിട്ടില്ല. അതിന്റെ ഒരു കാരണം ഒന്നോ, രണ്ടോ പേരെ മുൻനിർത്തി കളിക്കുന്ന പ്രവണത ഒരു കാലത്തും ആ ടീമിൽ ഉണ്ടായിട്ടില്ല. ഓൾ റൌണ്ട് ക്രിക്കറ്റിലെ വമ്പന്മാർ സൗത്താഫ്രിക്ക ആണെങ്കിലും, മുമ്പന്മാർ കിവികൾ തന്നെ.

ക്യാപ്റ്റനായിരുന്ന ലീ ജർമൻ എന്ന കീപ്പറിൽ നിന്നാണ് പരോർ കീപ്പിംഗ് ഗ്ലൗസ് ഏറ്റെടുക്കുന്നത്. പിന്നീട് ഏഴെട്ട് കൊല്ലത്തോളം പുള്ളി അത് ഊരിയിട്ടുമില്ല. ന്യൂസിലാൻഡ് കണ്ട മികച്ച കീപ്പർ! മികച്ച കീപ്പർ ബാറ്റ്സ്മാൻ!!കീപ്പർക്കു ബാറ്റിങ്ങിലും, കാര്യമായ റോളുണ്ടെന്ന് തെളിയിച്ചവരിൽ പരോർ മുമ്പിലാണ്. ടെസ്റ്റിലായാലും, ഏകദിനത്തിലായാലും വിക്കറ്റിന് മുമ്പിലും, പിമ്പിലും പരോർ മികച്ച പ്രകടനങ്ങൾ പുറത്തെടുത്തു. സെഞ്ചുറിയനിൽ, സൗത്ത് ആഫ്രിക്കൻ അക്രമണത്തിനെതിരെ പൊരുതി നേടിയ സെഞ്ചുറി, പുള്ളിയുടെ മാറ്ററിയിക്കുന്നതാണ്.

ലീ ജർമൻ, കീപ്പറുടെ റോൾ ചെയ്തിരുന്ന കാലത്തു പരോർ കിവീസിന്റെ വൺ ഡൌൺ ബാറ്റ്സ്മാൻ ആയിരുന്നു. അക്കാലങ്ങളിൽ റെഗുലർ ആയി ചില നല്ല പ്രകടനങ്ങൾ നടത്തിയിട്ടുമുണ്ട്. ബറോഡയിൽ ഇന്ത്യക്കെതിരെ നേടിയ 96 റൺസ്!!ഒറ്റ ബൗണ്ടറി പോലുമില്ലാതെ !!138 ബോളിൽ ഒരു ബൗണ്ടറി പോലും അടിക്കാതെ കളിക്കുന്ന വിൽ പവർ അപാരം തന്നെ!!

ടെസ്റ്റിൽ കുറേക്കൂടി മികച്ച ബാറ്റിംഗ് പുറത്തെടുത്തിട്ടുണ്ട് പുള്ളി. പെർത്തിൽ, ഒമ്പതാമൻ ആയിറങ്ങി, ഓസ്സീസിന്റെ ശക്തമായ ബൗളിംഗ് നിരയെ നേരിട്ട് നേടിയ സെഞ്ച്വറി മികച്ചൊരു ടെസ്റ്റ് ഇന്നിംഗ്സ് ആയിരുന്നു എന്ന് പറയാതെ വയ്യ. കീപ്പറെന്ന നിലയിലും അസാധ്യ പെർഫോമൻസ് ആയിരുന്നു പുള്ളിയുടെ. 78 ടെസ്റ്റുകളിൽ നിന്ന് 204 പുറത്താക്കലുകൾ. കിവീസിന്റെ റെക്കോർഡ് ആണത്. ചടുലമായ സ്റ്റാമ്പിങ്ങുകളും, നെടുനീളൻ ഡൈവിംഗ് ക്യാച്ചുകളും മാത്രമല്ല, വിക്കറ്റിന് പിന്നിൽ ബൗളേഴ്സിനെ അലറി വിളിച്ചു പ്രോത്സാഹിപ്പിക്കുന്ന പരോർ കിവീസിന്റെ സ്ഥിരം കാഴ്ചയാണ്. 2002 ൽ വിരമിച്ച പരോർ ഐ സി എൽ ലും, ഐ പി എൽ ലും കളിച്ചിരുന്നു എന്നാണ് ഓർമ്മ. 2011 ൽ എവറസ്റ്റ് കീഴടക്കിയ ഏക ക്രിക്കറ്റർ എന്ന ബഹുമതിയും ഉണ്ട് ഈ കിവി കീപ്പർക്ക്. .

ആൻഡി ഫ്ലവർ

ഇന്ന് കാണുന്ന സിംബാബ്‌വെ ആയിരുന്നില്ല, ഒരു കാലത്തു അവർ. ലോകക്രിക്കറ്റിലെ ആരെയും തോൽപ്പിക്കാൻ പോന്ന വരായിരുന്നു. 90 കളിൽ ആരോടും കിട പിടിക്കാവുന്ന ടീമായി അവർ ഉയർന്നു. ഒരു പറ്റം പ്രതിഭാശാലികളുടെ കൂട്ടം. ക്രിക്കറ്റിലെ പേരും, പെരുമയും ഉള്ള വമ്പന്മാരെയൊക്കെ അവർ നിരന്തരം തോൽപിച്ചു. ഇന്ത്യ, വെസ്റ്റ് ഇൻഡീസ്, പാകിസ്ഥാൻ തുടങ്ങിയ ക്രിക്കറ്റ് ശക്തികൾ അവരുടെ മുൻപിൽ പലവട്ടം വീണു.

1992 ലെ ലോകകപ്പിൽ ആണ് അവരുടെ സൂപ്പർസ്റ്റാർ ആയ ആൻഡി ഫ്ലവർ വരുന്നത്. രാജകീയ അരങ്ങേറ്റമായിരുന്നു ആൻഡിയുടേത്. അരങ്ങേറ്റ മത്സരത്തിൽ തന്നെ സെഞ്ച്വറി. അതും ലോകകപ്പിൽ. അങ്ങനൊന്ന് അതിന് മുൻപും, പിൻപും ഉണ്ടായിട്ടുമില്ല. അവിടുന്നങ്ങോട്ട് കീപ്പർമാരായാൽ ബാറ്റ് ചെയ്യാനും അറിയണമെന്ന അവസ്ഥ വരെ അദ്ദേഹം ക്രിക്കറ്റിൽ കൊണ്ട് വന്നു. കീപ്പർ-ബാറ്റ്സ്മാൻമാരുടെ ചരിത്രമെടുത്താൽ ആൻഡി ഫ്ലവർ എന്ന പേരില്ലാതെ ആ ചരിത്രം പൂർണമല്ല.

അസാധാരണ ബാറ്റിംഗ് പ്രതിഭ ആയിരുന്നു ആൻഡി. തികഞ്ഞ സാങ്കേതികതയും, ഒഴുക്കുള്ള ബാറ്റിംഗ് ശൈലിയും, റൺസിനോടുള്ള അടങ്ങാത്ത ദാഹവും ആൻഡിയെ പൊന്നും വിലയുള്ള ടെസ്റ്റ് താരമാക്കി മാറ്റി. സ്പിന്നിനെയും, പേസിനെയും ഒരേപോലെ, ഏതു ഗ്രൗണ്ടിലും പുള്ളി കളിച്ചിരുന്നു. റിവേഴ്സ് സ്വീപ്പിന്റെ ആസ്ഥാന അംബാസഡർ. ഏകദിനത്തിലായാലും, ടെസ്റ്റിലായാലും സഹോദരനായ ഗ്രാന്റ് ഫ്ലവറുമായി നടത്തിയ ബാറ്റിംഗ് പോരാട്ടങ്ങൾക്ക് തുല്യം നിക്കുന്ന ഒന്ന് ഉണ്ടെങ്കിൽ അത് ഓസ്സീസിന്റെ വോ

സഹോദരന്മാരുടെ പോരാട്ടം മാത്രമാണ്. "ഫ്ലവർ പവർ "എന്നൊരു പ്രയോഗം തന്നെ ഇവരുടെ ബാറ്റിംഗ് പ്രതിഭയെ മുൻനിർത്തി അക്കാലത്തുണ്ടായിരുന്നു. മറ്റ് ടീമുകൾക്ക് സിംബാംബ്‌വെയെ ജയിക്കാൻ ഇവരെ തോല്പിക്കാതെ പറ്റില്ലെന്ന സ്ഥിതി ആയിരുന്നു എന്ന് പറഞ്ഞാൽ അതിൽ അതിശയോക്തി ഇല്ലതന്നെ.

വിക്കറ്റിന് പിന്നിലും താരമായിരുന്നു ആൻഡി. നിമിഷാർദ്ധം കൊണ്ടുള്ള സ്റ്റമ്പിങ്ങുകളും, മുഴുനീളൻ ഡൈവിംഗ് കാച്ചുകളും ആൻഡി ഫ്ലവറെ അക്കാലത്തെ ഹോട്ട് കീപ്പറാക്കി. നീല കൂളിംഗ് ഗ്ലാസ്സുമായി വിക്കറ്റിന് പുറകിൽ ആൻഡി നിന്നപ്പോളൊക്കെ സിംബാബ്‌വെ ഒരു രക്ഷകനെ അയാളിൽ കണ്ടിരുന്നു.

ടെസ്റ്റിൽ കുറേക്കൂടി അപകടകാരി ആയിരുന്നു ആൻഡി. 12 സെഞ്ച്വറികൾ !! 51. 54 എന്ന കിടിലൻ ആവറേജ് !!ഇന്ത്യക്കെതിരെ നിരന്തരം സെഞ്ച്വറികൾ. ആൻഡി ഒന്നു ഔട്ട് ആയിക്കിട്ടാൻ പ്രാർഥിക്കാത്ത ഒരു ഇന്ത്യക്കാരനും അന്നുണ്ടായിരുന്നില്ല. അദ്ദേഹത്തിന്റെ മികച്ച പ്രകടനങ്ങൾ മുഴുവൻ ഇന്ത്യക്കെതിരെ തന്നെ. സ്പിന്നിനെ തുണക്കുന്ന ഇന്ത്യൻ പിച്ചുകളിൽ ഒരു യന്ത്രം കണക്കെ റൺസ് അടിച്ചു കൂട്ടുകയായിരുന്നു അദ്ദേഹം. നല്ലൊരു ടീമിൽ കളിച്ചിരുന്നെങ്കിൽ സാക്ഷാൽ സച്ചിൻ, ലാറ, പോണ്ടിങ് എന്നിവരുടെ ലീഗിൽ പെടുന്ന ടെസ്റ്റ് ബാറ്റ്സ്മാൻ ആകാനുള്ള കാലിബർ ഉണ്ടായിരുന്നു ആൻഡി ഫ്ളവറിന് എന്നു തോന്നിയിട്ടുണ്ട്.

സിംബാംബ്‌വെയിലെ ആഭ്യന്തര പ്രശ്നങ്ങളും, പ്രസിഡന്റായ റോബർട് മുഗാബെയുടെ പോളിസികൾക്കു എതിരെയുള്ള അഭിപ്രായ വ്യത്യാസങ്ങളും ഒക്കെ കൂടി ആ കരിയർ പ്രതീക്ഷിച്ചതിലും 5 കൊല്ലം മുൻബെങ്കിലും അവസാനിക്കുകയായിരുന്നു. വിരമിച്ചതിനു ശേഷം 2007 ൽ ഇംഗ്ലണ്ടിന്റെ അസിസ്റ്റന്റ് കോച്ചായി തെരഞ്ഞെടുക്കപ്പെട്ട ആൻഡി, 2009 ൽ മെയിൻ കോച്ചായി. 2011 ൽ ഇംഗ്ലണ്ടിനെ ടെസ്റ്റിലെ നമ്പർ വൺ ടീമാക്കി മാറ്റിയെടുത്തു പുള്ളി.

ഇജാസ് അഹമ്മദ്

നല്ലൊരു ബാറ്റിംഗ് ശൈലി കൈമുതലായ, തികച്ചും അണ്ടർ റേറ്റഡ് ആയ ഒരു ബാറ്റ്സ്മാൻ. 90 കളിൽ പാക്ക് ബാറ്റിംഗ് ലൈനപ്പിന്റെ വൺ ഡൗൺ, മധ്യനിര പൊസിഷനുകളിലെ കിടയറ്റ ബാറ്റ്സ്മാൻ. ഏതൊരു മികച്ച പാകിസ്താനി ബാറ്റ്സ്മാനെയും പോലെ ആക്രമണത്തിൽ ഊന്നിയ ബാറ്റിംഗ് ശൈലി. ബാറ്റിങ്ങിലെ സ്റ്റാന്റിംഗ് മുതൽ, സാങ്കേതികതയും, സുന്ദരമായ പാദചലനവും, അനുപമമായ ശൈലിയും ഒത്തിണങ്ങിയ ബാറ്റ്സ്മാൻ. ഇജാസ് അഹമ്മദ്. മികച്ചൊരു ഹിറ്റർ ആയിരുന്ന ഇജാസ്, സമകാലികനായ സലിം മാലിക്കുമൊത്തു പടുത്തുയർത്തിയ പാർട്ണർഷിപ്പുകൾ പാക്ക് ക്രിക്കറ്റിലെ ഒരു യുഗമായിരുന്നു. പ്രതിരോധ, ആക്രമണ സമന്വയം. ഇന്ത്യ തന്നെ ആയിരുന്നു പ്രധാന ഇര. 1997 ൽ ഇന്ത്യക്കെതിരെ ഓപ്പണറായി ഇറങ്ങി, വെറും 69 ബോളിൽ നേടിയ സെഞ്ച്വറിയാണ് പുള്ളിയുടെ മികച്ച ഇന്നിംഗ്സ്. 84 ബോളിൽ പുറത്താകാതെ 139 റൺസ്!!! 9 സിക്സുകളും, 10 ഫോറും ഉൾപ്പെട്ട കിടിലൻ കൌണ്ടർ അറ്റാക്ക് !!!ഇംഗ്ലണ്ടിനെതിരെ ഷാർജയിൽ അടിച്ച 137 റൺസിന്റെ ഇന്നിംഗ്സും ഓർമയിൽ വരുന്നു!!!10 സെഞ്ച്വറികൾ !!!ഈ സെഞ്ച്വറികൾക്കു ഒരു പ്രത്യേകത കൂടിയുണ്ട്. എല്ലാ സെഞ്ച്വറികളിലും സ്ട്രൈക്ക് റേറ്റ് 100 നും മുകളിൽ ആണ്. സാക്ഷാൽ അഫ്രീഡിക്കും, എ ബി ഡിക്കും മാത്രമേ പിന്നീട് ഈ നേട്ടം കൈവരിക്കാൻ കഴിഞ്ഞിട്ടുള്ളൂ. പാകിസ്ഥാന് വേണ്ടി 250 ഏകദിനങ്ങൾ കളിച്ച ഇജാസ് (വെറും 7 പേർ മാത്രമേ ഈ നേട്ടം കൈവരിച്ചിട്ടുള്ളൂ)10 സെഞ്ച്വറികളും, 37 അർദ്ധസെഞ്ച്വറികളും ഉൾപ്പടെ 6500 ലേറെ റൺസ് നേടി. 4 ലോക കപ്പുകളിൽ പങ്കാളിയായ പുള്ളി, 92 ൽ ലോകകപ്പ് വിജയത്തിലും

പങ്കാളിയായി.

ടെസ്റ്റിൽ പക്ഷേ പ്രതീക്ഷക്കൊത്തു ഉയരാൻ ഇജാസിന് കഴി ഞ്ഞിട്ടില്ല. കളിച്ച 92 ഇന്നിങ്സുകളിൽ 33 ലും രണ്ടക്കം കടക്കാൻ കഴിയാതിരുന്ന ഇജാസ്, 54 ഇന്നിഗ്സിലും 20 ൽ താഴെയാണ് സ്കോർ ചെയ്തത്. സ്ഥിരത ഇല്ലായ്മ ആയിരുന്നു ടെസ്റ്റിൽ പ്രശ്നം. 12 സെഞ്ചുറികൾ നേടിയ കരിയറിൽ, ലങ്കക്കെതിരെയുള്ള ഡബിൾ സെഞ്ചുറിയാണ് മികച്ച ഇന്നിംഗ്സ്. 12 ൽ 6 ഉം കരുത്തരായ ഓസ്സീ സിനെതിരെ ആയിരുന്നു എന്നതും ഇജാസിന്റെ ക്ലാസ് വ്യക്തമാക്കു ന്നു. 1997 ൽ ലങ്കക്കെതിരെ, ഇജാസ് 97 റൺസോടെ നിക്കുമ്പോൾ ലങ്കൻ കീപ്പർ കലുവിതരണ റൺ ഔട്ട് ആക്കുകയും, അമ്പയർമാർക്ക് ഇജാസ് ആണോ, പാർട്ണർ ആയ സലിം മാലിക് ആണോ ഔട്ട് എന്നൊരു ഡിസിഷൻ എടുക്കാൻ പറ്റാതെ വരികയും ചെയ്തു. ടീവി റീപ്ലേയിൽ മാലിക് ആണ് ഔട്ട് എന്ന് ഉറപ്പായെങ്കിലും, തേർഡ് അമ്പയർ ഇജാസിന് ഔട്ട് വിധിച്ചു. അർഹതപ്പെട്ട സെഞ്ചുറി നഷ്ട പ്പെട്ട ദുഃഖത്തിൽ പവലിയനിൽ പോയ ഇജാസ്, ടീവി റീപ്ലേയിൽ ഔട്ട് അല്ലെന്നു കണ്ട്, വീണ്ടും വിളിക്കപ്പെടുകയും മാലിക്കിനെ ഔട്ട് വിധിക്കുകയും ചെയ്തു. തിരിച്ചു വന്ന ഇജാസ് സെഞ്ചുറി തികക്കുകയും ചെയ്തു. തേർഡ് അമ്പയർ ഔട്ട് ആക്കിയ ആളെ തിരിച്ചു വിളിക്കുക യെന്ന അപൂർവ സംഭവത്തിലും പങ്കാളിയായി അങ്ങനെ ഇജാസ്.

പാകിസ്ഥാൻ ജന്മം നൽകിയവരിൽ, ഇജാസിനെ വെല്ലുന്ന ഒരു ഫീൽഡർ ഉണ്ടായിട്ടില്ല. ഷോർട്ടിലും, മിഡ് ഓണിലും, പോയിന്റിലും ഫീൽഡ് ചെയ്തിരുന്ന ഇജാസ്, ആ ഏരിയകളിൽ ഒരുപാട് റൺസ് സേവ് ചെയ്തിട്ടുമുണ്ട്. 2001 ൽ ക്രിക്കറ്റിൽ നിന്ന് വിരമിച്ച പിന്നീട് U-19 ടീമിന്റെ കോച്ചായി 2009 ൽ തിരിച്ചു വരികയും, 2010 ൽ ദേശീയ ടീമിന്റെ കോച്ചായി നിയമിതനാവുകയും ചെയ്തു.

ഇൻസമാം ഉൾ ഹഖ്

ക്രിക്കറ്റിലെ മികച്ച 10 ബാറ്റ്സ്മാന്മാർ എടുത്താൽ അതിൽ ഇൻസമാം എന്ന പേരില്ലാതെ വരില്ല. പാകിസ്ഥാൻ ജന്മം നൽകിയവരിൽ പ്രതിഭ കൊണ്ടോ, സാങ്കേതികത്വം കൊണ്ടോ ഇൻസിയെ കവച്ചു വെക്കാൻ ഒരു പക്ഷേ ഒരു മിയാൻദാദ് ഉണ്ടെങ്കിൽ ആയി. ഇൻസിയുടെ ടൈമിംഗ് ലോകപ്രശസ്തമാണ്. ഏതൊരു പേസ് ബൗളറും ആ തടിയന്റെ മുമ്പിൽ മീഡിയം പേസറായി പോകും. അത്രേം ടൈം കിട്ടുമായിരുന്നു അങ്ങേർക്ക ബോളുകൾ കളിക്കാൻ. റണ്ണിങ്ങിലെ ആ ഒരു പോരായ്മ കൂടി ഇല്ലായിരുന്നെങ്കിൽ ഇൻസിയുടെ സ്റ്റാറ്റിസ്റ്റിക്സ് ഇന്ന് കാണുന്നതിലും എത്രയോ മുകളിൽ പോയേനെ. ഇൻസിയുടെ ശ്രദ്ധക്കുറവ് കൊണ്ട് റൺ ഔട്ട് ആക്കുന്നതാണ് അങ്ങേരെ ഔട്ടാക്കാൻ ഏറ്റവും എളുപ്പമാർഗം.

1992 ലോകകപ്പിൽ കിവീസിനെതിരെ അതിവേഗത്തിൽ നേടിയ 60 റൺസാണ് ഇൻസിയെ പോപ്പുലർ ആക്കിയതെങ്കിലും, അതിലും മുൻപ് തന്നെ എണ്ണം പറഞ്ഞ 2 സെഞ്ചുറികൾ നേടിയിരുന്നു പുള്ളി. അങ്ങനെ എത്രയെത്ര ഇന്നിങ്സുകൾ!!പേസിനെയും, സ്പിന്നിനെയും നേരിടാനുള്ള അസാമാന്യ കഴിവ്, പാക്കിസ്ഥാൻ രക്തത്തിന്റെ സ്വതസിദ്ധമായ അക്രമണഭാവം, ജയിക്കാനുള്ള തീവ്ര അഭിലാഷം ഇതൊക്കെ ഇൻസിയുടെ ഏതു ഇന്നിങ്സിലും കാണാം.

ടെസ്റ്റിലും, ഏകദിനത്തിലും പാകിസ്ഥാന്റെ നട്ടെല്ലായിരുന്നു ഇൻസി. 2 ഫോർമാറ്റിലും പുള്ളി റൻസുകൾ വാരിക്കൂട്ടി. 500 നടുത്തു രാജ്യാന്തര മത്സരങ്ങൾ!!35 സെഞ്ചുറികൾ !!130 ലേറെ അർധസെഞ്ചുറികൾ !!ബാറ്റിംഗ് മെഷീൻ തന്നെ. ഇൻസി ക്രീസിൽ ഉള്ളപ്പോൾ പാകിസ്ഥാൻ പരാജയഭീതി നേരിട്ടതേയില്ല. ക്യാപ്റ്റൻ എന്ന

നിലയിലും പുള്ളി നിരാശപ്പെടുത്തിയില്ല. 87 ഏകദിനമല്സരങ്ങളിൽ പാകിസ്ഥാനെ നയിച്ചപ്പോൾ 51 ലും വിജയം കൂടെ നിന്നു. ടെസ്റ്റിൽ അത്ര പോരാ. . 31 മത്സരങ്ങളിൽ 11 വിജയം മാത്രം. അത്ര തന്നെ തോൽവിയും.

ബാറ്റിങ്ങിൽ വൻവിജയമായ ഇൻസി ഗ്രൗണ്ടിൽ അത്ര തന്നെ പരാജയമായിരുന്നു. തന്റെ കൂടെയുള്ള ബാറ്സ്മാന്മാരെ റൺ ഔട്ട് ആക്കുക, കാണികളോട് പോലും തട്ടിക്കയറുക അങ്ങനെ ക്രിക്കറ്റിന് നിരക്കാത്ത പലതും പുള്ളിയുടെ കരിയറിൽ കരിനിഴൽ വീഴ്ത്തിയിട്ടുണ്ട്. മികച്ച ഫോമിൽ ബാറ്റ് ചെയ്യുമ്പോൾ പോലും ഇല്ലാത്ത റൺസിനോടി (ഉള്ള റൺസിന് ആണേൽ ഓടുകയും ഇല്ല)തന്റെ വിക്കറ്റോ, മറ്റുള്ളവരുടെ വിക്കറ്റോ കളയുന്ന കാര്യത്തിൽ ഇൻസി ഒരു സംഭവം തന്നെ ആയിരുന്നു. മൂവ്മെന്റിന്റെ കാര്യത്തിൽ തീരെ മോശമായ ഇൻസി പക്ഷേ, സ്ലിപ്പിൽ മോശമില്ലാത്ത കാച്ചുകൾ എടുക്കുമായിരുന്നു.

2007 ലോകകപ്പോടെ ക്രിക്കറ്റിൽ നിന്ന് വിരമിച്ച ഇൻസമാം, കുറച്ചുകാലം ഇന്ത്യൻ ക്രിക്കറ്റ് ലീഗിൽ കളിച്ചിരുന്നു. മുഴുവൻ പാകിസ്ഥാൻ താരങ്ങളുമായി വന്ന, ലാഹോർ ബാദ്ഷാസ് എന്ന ടീമിന്റെ ക്യാപ്റ്റൻ ആയിരുന്നു പുള്ളി. അതിനു ശേഷം പരിശീലന രംഗത്തേക്കു വന്ന ഇൻസി അഫ്ഘാൻ ടീമിന്റെ കോച്ചും, പിന്നീട് ദേശീയ ടീമിന്റെ ചീഫ് സെലെക്റ്ററും ആയി. അതിനിടയിൽ വ്യാപാര മേഖലയിൽ കൈ വെച്ച ഇൻസമാം ലാഹോറിൽ വസ്ത്രം, മാംസം എന്നിവയുടെ വലിയ വ്യാപാര ശാലകൾ ആരംഭിച്ചിരുന്നു.

ഇയാൻ ഹീലി

90കളുടെ തുടക്കത്തിൽ പക്ഷേ, ഓസ്ട്രേലിയ അത്ര വലിയ ടീം ഒന്നുമല്ല. ഏകദിന, ടെസ്റ്റ് രാജാക്കന്മാരായി അവർ മാറിയിട്ടുമില്ല. അക്കാലത്തു അവർ ഒരു അപ്കമിങ് സ്റ്റേജിലായിരുന്നു. വോ ബ്രദേഴ്സ്, ടെയ്‌ലർ, ലംഗർ, സ്ലേറ്റർ, വോൺ, മഗ്രാത്ത് ഒക്കെ കൂടി ഓസ്സീസിനെ ഹൈ ലെവലിൽ ഉയർത്തുന്ന കാലം. അക്കാലത്തെ അവരുടെ ഒരു കീ പ്ലേയർ ആയിരുന്നു ഇയാൻ ഹീലി. വിക്കറ്റിന് പിന്നിലെ ഇതിഹാസം. ഹീലിക്കു കിട നിക്കുന്നൊരു കീപ്പർ അക്കാലത്തു വേറില്ല. സ്റ്റമ്പിങ്ങിലായാലും, കാച്ചിങ്ങിലായാലും ഹീലിയെ കവച്ചു വെക്കുന്നൊരാൾ അക്കാലത്തു വിക്കറ്റിന് പിന്നിൽ നിന്നിട്ടില്ല. വോണിന്റെയും, മഗ്രാത്തിന്റെയും, ഫ്ലെമിങ്ങിന്റെയും ഒക്കെ വ്യത്യസ്തങ്ങളായ പന്തുകൾ വിക്കറ്റിന് പിന്നിൽ പിടിച്ചെടുക്കുന്ന ഹീലി ഒരു കാഴ്ച തന്നെ ആയിരുന്നു.

ടെസ്റ്റായിരുന്നു പുള്ളിയുടെ പടക്കളം. വോണിന്റെയും, മഗ്രാത്തിന്റെയും പന്തുകളിൽ ബാറ്റ്സ്മാൻമാരെ പവലിയനിൽ പറഞ്ഞയച്ചതിനു കണക്കില്ല. 119 ടെസ്റ്റുകളിൽ, 366 കാച്ചുകളും, 29 സ്റ്റമ്പിങ്ങും ഉൾപ്പടെ 400 നടുത്തു ഡിസ്മിസ്സലുകൾ. അതിൽ കണ്ണടച്ച് തുറക്കും നേരം കൊണ്ടുള്ള സ്റ്റമ്പിങ്ങുകൾ, മുഴുനീള ഡൈവിംഗ് കാച്ചുകൾ എന്ന് വേണ്ട, അർദ്ധ അവസരങ്ങൾ പോലും മുതലാക്കുന്ന കാര്യത്തിൽ ഹീലി ഒരു സംഭവം തന്നെ ആയിരുന്നു. ടെസ്റ്റിൽ അത്യാവശ്യം നല്ല നിലയിൽ ബാറ്റ് ചെയ്യുകയും ചെയ്യുന്ന ഹീലി, ബ്രിസ്ബനിൽ 1996 ൽ, കരിയറിന്റെ അവസാന നാളുകളിൽ, വിന്ഡീസിനെതിരെ പുറത്താകാതെ നേടിയ 161 റൺസ്, നല്ലൊരു ടെസ്റ്റ് ഇന്നിംഗ്സ് ആണ്. അവിടെ തന്നെ 98 ൽ, ആഷസിൽ, ഇംഗ്ലണ്ടിനെതിരെയും

134 റൺസിന്റെ മനോഹര ഇന്നിംഗ്സ് കളിച്ചിരുന്നു, ഹീലി. പേസിനെതിരെ നല്ല രീതിയിൽ കളിച്ചിരുന്ന ഹീലി പക്ഷേ സ്പിന്നിനെതിരെ പതറിയിരുന്നു. 119 ടെസ്റ്റുകളിൽ നിന്നായി 4 സെഞ്ചുറികളും, 22 അർദ്ധ സെഞ്ചുറികളും ഉൾപ്പടെ 4000 ലേറെ റൺസ് നേടിയിട്ടുണ്ട്, ഹീലി.

ഏകദിനത്തിൽ പക്ഷേ വിക്കറ്റിന് പിന്നിലാണ് ഹീലി കൂടുതലും തിളങ്ങിയിട്ടുള്ളത്. വോണിന്റെ പന്തുകളിൽ കീപ് ചെയ്യാനാണ് ഏറ്റവും ബുദ്ധിമുട്ടെന്ന് പുള്ളി തുറന്നു സമ്മതിച്ചിരുന്നു. 168 ഏകദിനങ്ങളിൽ നിന്നായി 194 ക്യാച്ചുകളും, 39 സ്റ്റമ്പിങ്ങുകളുമായി 250 നടുത്തു പുറത്താക്കലുകളിൽ പങ്കാളിയായ ഹീലി, 1998 ൽ, 36 ആം വയസ്സിൽ ക്രിക്കറ്റിൽ നിന്ന് വിട പറഞ്ഞു. തന്നെക്കാൾ പോന്ന സാക്ഷാൽ ഗില്ലിക്ക് ഗ്ലൗസ് ഊരിക്കൊടുത്തു, ഹീലി എന്ന അതികായൻ പടിയിറങ്ങുമ്പോൾ ഓസ്‌ട്രേലിയ ക്രിക്കറ്റിന്റെ അത്യുന്നതിയിൽ എത്തിയിരുന്നു. വിരമിച്ചതിനു ശേഷം ഐ സി സി യുടെ കമന്റേറ്ററി പാനലിൽ അംഗമാണ് ഹീലി.

കാൾ ഹൂപ്പർ

എന്തുകൊണ്ടോ, മികച്ച ആൾ റൗണ്ടർമാരുടെ പേര് പറയുമ്പോൾ അധികം പരാമർശിച്ചു കേട്ടിട്ടില്ലാത്ത പേരാണ് കാൾ ഹൂപ്പർ. 90 കളുടെ മധ്യഘട്ടത്തിൽ വാൽഷ്, ആംബ്രോസ്, ലാറ, ഹൂപ്പർ ആയിരുന്നു വിൻഡീസ് ടീം. ഇവരിൽ ഒരാളെങ്കിലും ഫോമാകാതെ അവർ ജയിച്ച കളികൾ വിരളം. ടെസ്റ്റിലായാലും, ഏകദിനത്തിലായാലും വിൻഡീസ് മധ്യനിരയുടെ നെടുംതൂൺ ആയിരുന്നു ഹൂപ്പർ. മറക്കാനാകാത്ത ബാറ്റിംഗ്, ബൗളിംഗ് പ്രകടനങ്ങൾ ഹൂപ്പറുടെ കരിയറിൽ എത്ര വേണമെങ്കിലും ഉണ്ട്.

97 ലെ കാൾട്ടൻ യുണൈറ്റഡ് സീരീസിൽ ബ്രിസ്ബണിൽ ഓസ്സീസിനെതിരെ നേടിയ സെഞ്ച്വറി ബാറ്റിങ്ങിന്റെ പാഠപുടത്തകമാണ്. തന്റെ അലസമായ സുന്ദരശൈലിയിൽ ഹൂപ്പർ ബാറ്റ് ചെയ്യുമ്പോൾ അതിലും സുന്ദരമായ കാഴ്ച ക്രിക്കറ്റിൽ ഇല്ലെന്നു തോന്നിപ്പോകും. അന്ന് ലാറയുടെ കൂടെ പടുത്തുയർത്തിയ കൂട്ടുകെട്ടിന് ഓസ്സീസ് ബൗളിങ്ങിന് മറുപടി ഇല്ലായിരുന്നു. ചന്ദർപാളുമായും, ലാറയുമായും ഒക്കെ നിരവധി വിന്നിങ് കൂട്ടുകെട്ടുകളിൽ പങ്കാളിയാണ് ഹൂപ്പർ.

ഓഫ് സ്പിന്നറായ ഹൂപ്പർ, ബൗളർ എന്ന നിലയിലും വിജയമായിരുന്നു. ഏകദിനത്തിൽ. 200 നടുത്തു വിക്കറ്റുള്ള ഹൂപ്പർ, ടെസ്റ്റിലും നൂറിലേറെ വിക്കറ്റ് നേടിയിട്ടുണ്ട്. നല്ലൊരു സ്ലിപ് ഫീൽഡർ കൂടി ആയിരുന്ന ഹൂപ്പർ നൂറിലേറെ കാച്ചുകളും 2 ഫോർമാറ്റിലും നേടിയിട്ടുണ്ട്. അംബ്രോസിന്റെയും, വാൽഷിന്റെയുമൊക്കെ തീ തുപ്പുന്ന പന്തുകളിൽ വരുന്ന സ്ലിപ് കാച്ചുകൾ എടുക്കാൻ ഹൂപ്പർ കാണിച്ച റിഫ്ലെക്സ് അനുപമം എന്നേ പറയേണ്ടൂ. സ്ലിപ്പിൽ ഇര പിടിക്കാൻ എന്ന വണ്ണം കൂളായി നിൽക്കുന്ന ഹൂപ്പർ തന്റെ നേരെ മൂളിപ്പറന്നു

വരുന്ന പന്തുകൾ ഒരു മാന്ത്രികന്റെ വേഗതയോടെ കൈപ്പിടിയിൽ ഒതുക്കുന്നത് ആരാധനയോടെ മാത്രമേ കണ്ടിരിക്കാൻ കഴിയൂ. ഏറ്റവും കുറഞ്ഞ ക്യാച്ച് ഡ്രോപ്പ് സ്റ്റാറ്റസ് ഉള്ള ക്രിക്കറ്റർമാരിൽ ഒരാളാണ് അദ്ദേഹമെന്നു പറഞ്ഞാൽ മതിയല്ലോ??

ഏകദിനത്തിലും, ടെസ്റ്റിലും 5000 റൺസും, 100 വിക്കറ്റും, 100 കാച്ചുകളും നേടിയ ആദ്യ ക്രിക്കറ്റർ ആണ് അദ്ദേഹം. സൗത്താഫ്രിക്കയുടെ കാലിസ് മാത്രമാണ് പിന്നീട് ഈ നേട്ടം സ്വന്തമാക്കിയിട്ടുള്ളത്. "പാദങ്ങളുടെ ദ്രുത ചലനം, ഒരേ സമയം സുന്ദരവും, എന്നാൽ ക്രൂരവുമായ സ്ട്രോക്ക് പ്ലേയുടെ ഉടമ "എന്നാണ് സാക്ഷാൽ സ്റ്റീവ് വോ ഹൂപ്പർ വിശേഷിപ്പിച്ചത്. കളിക്കളത്തിൽ അടിമുടി മാന്യൻ ആയിരുന്നു, വിൻഡീസ് ഗാരി സോബേഴ്സിന് ശേഷം ജന്മം കൊടുത്ത ഈ ആൾ റൗണ്ടർ.

വിരമിച്ചതിനു ശേഷം, കോച്ചിങ് രംഗത്തേക്ക് കടന്ന ഹൂപ്പർ വിൻഡീസിലും, ഓസ്സീസിലും ഒക്കെ പ്രാദേശിക ടീമുകളുടെ കോച്ചായിരുന്നു. I P L എന്ന ഐഡിയയെ എതിർത്തവരിൽ പ്രധാനി ആയിരുന്നു ഹൂപ്പർ. ലോക ക്രിക്കറ്റിന് തന്നെ ഭീഷണി ആണ് I P L എന്ന് പറഞ്ഞു കളഞ്ഞു പുള്ളി.

കോട്നി വാൽഷ്

രണ്ട് ഫാസ്റ്റ് ബൗളർമാർ!!ഒരാൾ ബൗൺസും, വേഗവും കൊണ്ട് ആക്രമിക്കുമ്പോൾ, മറ്റേയാൾ കൃത്യമായ ലൈനും, ലെങ്ത്തും, വേഗതയും കൊണ്ട് ആക്രമണം!!ലോകത്തൊരു ബാറ്റ്സ്മാനും അവരുടെ ആക്രമണത്തെ അത്ര പെട്ടെന്നൊന്നും മറികടന്നിട്ടില്ല. 90 കളിൽ, ലോകത്തെ ക്രിക്കറ്റ് പ്രേമികൾ ഇവരുടെ ബൗളിംഗ് കണ്ടു കോരിത്തരിച്ചതു പോലെ, പിന്നെ ഉണ്ടായിട്ടുമില്ല. വിൻഡീസുമായി ഏതു ടീം കളിച്ചാലും ആകർഷണം ഇവരുടെ ഓപ്പണിങ് സ്പെൽ തന്നെ. 49 ടെസ്റ്റുകളിൽ ഒരുമിച്ച് ബൗൾ ചെയ്ത ഇവർ വാരിക്കൂട്ടിയത് 421 വിക്കറ്റുകൾ!!!

yes, the big C's in cricket. Courtney & Curtley. .

വാൽഷ് മാന്യൻ ആയിരുന്നു. അടിമുടി മാന്യൻ. പക്ഷേ അതൊന്നും അങ്ങേരുടെ ബോളുകളിൽ പ്രതീക്ഷിക്കരുത്. ബോളുകൾ തീ തുപ്പും. ഒരു റണ്ണിന് വേണ്ടി ബാറ്റ്സ്മാൻ പാടുപെടും. ടെസ്റ്റിലായാലും, ഏകദിനത്തിലായാലും വിക്കറ്റുകൾ വാരുകയായിരുന്നു വാൽഷ്. മികച്ച പ്രകടനങ്ങളൊന്നും എണ്ണി തീരില്ല. 500 വിക്കറ്റിൽ എത്തിയ ആദ്യ ബൗളർ!!ഏറ്റവും നീണ്ട ഫാസ്റ്റ് ബൗളർ കരിയറും വാൽഷിന്റേത് തന്നെ. 30000 ലേറെ ബോളുകൾ!!!ഏകദിനത്തിൽ 10000 ലേറെ ബോളുകൾ !!!വിൻഡീസിന്റെ പേരുകേട്ട പേസ് ഫാക്ടറിയിൽ അവസാന കണ്ണി !!!

ഏകദിനത്തിലെ മികച്ച പ്രകടനം പക്ഷേ മറക്കാൻ കഴിയില്ല, കാരണം അങ്ങനെയൊരു പ്രകടനം കാഴ്ച വെക്കാൻ വാൽഷ് ഒരാളെ ഉള്ളൂ!! 4. 3-3-1-5!!!!നാലര ഓവറുകളിൽ വെറും ഒരു റൺ വിട്ടു

കൊടുത്തു 5 വിക്കറ്റുകൾ!!!!ഒന്നൊഴികെ എല്ലാം ക്ളീൻ ബൗൾഡ്!! ലങ്കക്കെതിരെ 86 ൽ !!!ഫസ്റ്റ് ക്ലാസ് ക്രിക്കറ്റിൽ നൂറിലേറെ തവണ 5 വിക്കറ്റ് നേടിയ മറ്റൊരു അപൂർവ റെക്കോർഡും ഉണ്ട് ഈ ആറടി അഞ്ചിഞ്ചുകാരന്റെ പേരിൽ !!!

1987 ലെ ലോകകപ്പിൽ പാകിസ്ഥാന്റെ സലിം ജാഫർ വാൽഷ് ബൗൾ ചെയ്യാൻ വരുമ്പോളേക്കും ക്രീസിൽ നിന്ന് കുറച്ച ദൂരം ഇറങ്ങി പോയിരുന്നു. സുഖമായി ഔട്ട് ആക്കി, സെമിയിൽ കയറാമായിരുന്ന മത്സരത്തിൽ, ജാഫറിനോട് ക്രീസിൽ കയറി നില്ക്കാൻ പറഞ്ഞു ബൗൾ ചെയ്യാൻ റണ്ണപ്പ് എടുക്കാൻ തിരിച്ചു പോയ വാൽഷ്, ക്രിക്കറ്റ് കണ്ട മാന്യന്മാരിലൊരാളായി പരിഗണിക്കപ്പെടുന്നു.

ബോളിന്റെ കാര്യത്തിൽ അസാധാരണ നിയന്ത്രണം ഉണ്ടായിരുന്ന വാൽഷ്, പക്ഷേ ബാറ്റ് എന്ന് കേട്ടാൽ വിറക്കും. ടെസ്റ്റിൽ ഏറ്റവും കൂടുതൽ ഡക്കിന്റെയും (43), നോട്ട് ഔട്ടുകളുടെയും(61)റെക്കോർഡും ഈ ജമൈക്കക്കാരന്റെ പേരിൽ തന്നെ. 330 ലേറെ മത്സരങ്ങൾ!!850 ലേറെ വിക്കറ്റുകൾ !!!ഇതിഹാസം തന്നെ. 38 വയസ്സ് വരെ കളിച്ച ഒരു പക്ഷേ ലോകത്തിലെ ഒരേ ഒരു ഫാസ്റ്റ് ബൗളർ, 2001 ൽ പടിയിറങ്ങുമ്പോൾ വിൻഡീസ് നിരയിലെ ഒരു കാലഘട്ടം അവിടെ അവസാനിക്കുകയായിരുന്നു. നിലവിൽ ബംഗ്ലാദേശിന്റെ ബൗളിംഗ് കോച്ചാണ് പുള്ളി.

ക്രിസ് കെയിൻസ്

ആധുനിക ക്രിക്കറ്റിൽ, ഓൾ റൗണ്ടർമാരുടെ പട്ടികയെടുത്താൽ, ആദ്യ അഞ്ചിൽ ക്രിസ് കെയിൻസ് എന്ന ന്യൂസിലാൻഡ്കാരൻ ഉണ്ടാകും. ബോൾ കൊണ്ടും, ബാറ്റ് കൊണ്ടും കെയിൻസിനെപോലെ കളികൾ ജയിപ്പിച്ചവർ കുറയും. ഏത് പരിതസ്ഥിതിയിലും കെയിൻസ് ക്രീസിൽ ഉള്ളിടത്തോളം കിവികൾ പരാജയം സമ്മതിച്ചിട്ടില്ല. അത് ഏറ്റവും നന്നായി അറിയാവുന്നതും നമ്മൾ ഇന്ത്യക്കാർക്ക് തന്നെ. 1989 ൽ ടീമിലെത്തിയ കെയിൻസ് 15 കൊല്ലത്തോളം കിവി ടീമിന്റെ നട്ടെല്ല് ആയിരുന്നു.

തുടക്കത്തിൽ നല്ല സ്പീഡിൽ പന്തെറിഞ്ഞിരുന്ന കെയിൻസ്, പിന്നീട് പരിക്കുകളുടെ പിടിയിൽ പെട്ട് വേഗം കുറക്കുകയും, സ്ലോ ബോളുകൾ ഉപയോഗിക്കാൻ തുടങ്ങുകയും ചെയ്തു. മികച്ച രീതിയിൽ സ്ലോ ബോളുകൾ ഉപയോഗിച്ചിരുന്ന കെയിൻസ് കിവി ബൗളിങ്ങിന്റെ കുന്തമുന ആയി മാറി. ടെസ്റ്റുകളിൽ മുൻനിര ബൗളർമാരേക്കാൾ അപകടകാരി ആയിരുന്നു കെയിൻസ്. 62 ടെസ്റ്റുകളിൽ നിന്നായി 218 വിക്കറ്റുകൾ. 13 തവണ 5 വിക്കറ്റ് നേട്ടം. ഓസ്സീസ്, ഇംഗ്ലണ്ട്, വിൻഡീസ് ടീമുകൾക്കെതിരെ ആയിരുന്നു മികച്ച പ്രകടനങ്ങൾ. വിന്ഡീസിനെതിരെ ഹാമിൽട്ടണിൽ നേടിയ 7 വിക്കറ്റ് പ്രകടനം ആണ് പെട്ടെന്ന് ഓർമയിൽ വരിക. ഓൾ റൗണ്ടർസ് ഡബിൾ (200 വിക്കറ്റുകൾ &3000 റൺസ്)നേടിയ 8 പേരിൽ സെക്കന്റ് ഫാസ്റ്റസ്റ്റ് ആണ് കെയിൻസ്. ഇയാൻ ബോതം മാത്രം മുന്നിൽ. ബാറ്റ് കൊണ്ടും പുള്ളി മോശമാക്കിയിട്ടില്ല. സൗത്താഫ്രിക്കക്കെതിരെ വെറും 172 ബോളിൽ നേടിയ 158 റൺസാണ് മികച്ച പ്രകടനം. പൊതുവെ സിക്സർ പ്രിയനായ കെയിൻസ്, ടെസ്റ്റിൽ നേടിയ 87 സിക്സുകൾ

അക്കാലത്തു റെക്കോർഡ് ആയിരുന്നു. ഓസ്സീസിന്റെ ഗിൽക്രൈസ്റ്റ് പിന്നീട് അത് മറികടന്നു. 62 ടെസ്റ്റുകൾ!!3300 ലേറെ റൺസ്!! 218 വിക്കറ്റുകൾ !!!!

ഏകദിനത്തിൽ കെയിൻസ് കിവി ടീമിന്റെ ജീവനാഡി ആയിരുന്നു. മധ്യനിരയിലെ ആക്രമാസക്തനായ ബാറ്റ്സ്മാനും, കിടയറ്റ ബൗളറും. ഇന്ത്യക്കെതിരെ ആയിരുന്നു കെയിൻസിന്റെ മികച്ച ബാറ്റിംഗ് പ്രകടനങ്ങൾ. 4 സെഞ്ചുറികളിൽ മൂന്നും ഇന്ത്യക്കെതിരെ തന്നെ. അതിൽ തന്നെ 2000 ലെ ചാമ്പ്യൻസ് ട്രോഫി ഫൈനലിൽ ഇന്ത്യയിൽ നിന്ന് വിജയം തട്ടി പറിച്ചെടുത്ത ഇന്നിംഗ്സാണ് പുള്ളിയുടെ മാസ്റ്റർപീസ്. തന്റെ ശക്തമായ കൈകൾ കൊണ്ട് സിക്സുകൾ അടിച്ചു ആഘോഷിക്കുന്ന കെയിൻസ്, ഏകദിന ബാറ്റിങ്ങിൽ ഒരു അത്ഭുതം തന്നെ ആയിരുന്നു. ബോള് കൊണ്ടും മോശമാക്കിയിട്ടില്ല കെയിൻസ്, പക്ഷേ ഓസ്സീസ്, ഇംഗ്ലണ്ട്, വിൻഡീസ് ഒക്കെയാണ് ഏറുകൊണ്ട് കൂടുതലും തളർന്നിട്ടുള്ളത്. ഓസ്സീസിനെതിരെ നേപ്പിയറിൽ നേടിയ 5 വിക്കറ്റ് പ്രകടനമാണ് മികച്ച ബൗളിംഗ്. സുനാമി ഫണ്ട് റേസിംഗ് മത്സരത്തിൽ വേൾഡ് ഇലവന് വേണ്ടി കളിച്ച കെയിൻസ് മികച്ച ഓൾ റൗണ്ട് പ്രകടനമാണ് നടത്തിയത്(69 (47), 1 / 37). തന്റെ നൂറാം ഏകദിനത്തിൽ സെഞ്ചുറി നേടി ടീമിനെ ജയിപ്പിച്ച അപൂർവ റെക്കോർഡും കെയിൻസിനുണ്ട്. വിൻഡീസിന്റെ ഗോർഡൻ ഗ്രീനിഡ്ജ് മാത്രമേ ഇക്കാര്യത്തിൽ കെയിൻസിന് ഒപ്പമുള്ളൂ.

2004 ൽ ടെസ്റ്റിൽ നിന്ന് വിരമിച്ച കെയിൻസ് 2006 വരെ ഏകദിനങ്ങളിൽ പങ്കാളിയായി. അതിനു ശേഷം ഇന്ത്യൻ ക്രിക്കറ്റ് ലീഗിൽ chandigrah lions ന്റെ ക്യാപ്റ്റൻ ആയിരുന്നു കെയിൻസ്. 2013 ൽ ഐസിസി യുടെ മാച്ച് ഫിക്സിങ് അന്വേഷണത്തിന് വിധേയൻ ആകേണ്ടി വന്നു കെയിൻസ്. വിരമിച്ചതിനുശേഷം അത്ര സുഖകരമായ ജീവിതം അല്ലായിരുന്നു കെയിൻസിനു എന്നാണ് അറിവ്.

ക്രിസ് ഹാരിസ്

ഹാരിസ് എന്ന അറബിവാക്കിന് സംരക്ഷകൻ എന്നാണർത്ഥം. ഒരു ദശാബ്ദക്കാലത്തോളം കിവീസിന്റെ സംരക്ഷകൻ തന്നെ ആയിരുന്നു ക്രിസ് ഹാരിസ്. ഏകദിനമായിരുന്നു ഹാരിസിന്റെ തട്ടകം. തികഞ്ഞ ഓൾ റൗണ്ടറായ ഹാരിസ്, സാക്ഷാൽ ക്രിസ് കെയിൻസുമായി ചേർന്ന് നടത്തിയ പോരാട്ടങ്ങൾക്ക് കിവീസ് ക്രിക്കറ്റിൽ സമാനതകളില്ല. ബാറ്റു കൊണ്ട് മാത്രല്ല, ബോൾ കൊണ്ടും അവർ ഒരുമിച്ചു പൊരുതി. അവർ ക്രീസിലുള്ളപ്പോൾ പരാജയ ഭീതി കിവീസിനുണ്ടായിട്ടില്ല. ഇടങ്കയ്യും, വലങ്കയ്യും ചേർന്ന ആ അക്രമണബാറ്റിങ് കൂട്ടുകെട്ട് ഒരു വിധം ബൗളേഴ്സ് ഒന്നും നിസാരമായി കണ്ടിട്ടില്ല. 250 ഏകദിനങ്ങളിൽ കറുത്ത തൊപ്പിയണിഞ്ഞ ഹാരിസ്, അങ്ങനെ ചെയ്യുന്ന ആദ്യ ന്യൂസിലണ്ട്കാരനാണ്. 7 ആം നമ്പറിൽ ബാറ്റ് ചെയ്യുന്ന ഹാരിസ്, ആ പൊസിഷനിൽ ഇറങ്ങി 2000 ലധികം റൺസ് എടുക്കുന്ന ആദ്യ കളിക്കാരനുമാണ്. 96 ലോകകപ്പ് ക്വാർട്ടറിൽ ഓസ്സീസിനെതിരെ നേടിയ 130 റൺസാണ് പെട്ടെന്ന് ഓർമയിൽ വരിക.

ബൗളർ എന്ന നിലയിലും ഹാരിസ് ഒട്ടും മോശം അല്ലായിരുന്നു. ടീമിലെ 5 ആം ബൗളറുടെ റോൾ ഹാരിസ് അഭിനന്ദനീയമാം വിധം മികച്ചതാക്കി. ബാറ്റ്സ്മാനെ റൺസ് എടുക്കാൻ അനുവദിക്കാത്ത വിധം, മികച്ച ലൈനും ലെങ്ത്തും സൂക്ഷിക്കുന്ന ഈ മീഡിയം പേസർ, 200 ലേറെ വിക്കറ്റുകളും സ്വന്തമാക്കി. 1996 ൽ സിയാൽകോട്ടിൽ പാക്കിസ്ഥാനെതിരെ ആണ് മികച്ച പ്രകടനം. 38 ഓവറിൽ 3 നു 240 എന്ന നിലയിൽ നിന്ന പാകിസ്ഥാനെ കേവലം 276 റൺസിൽ ഒതുക്കി കളഞ്ഞു ഹാരിസ്. 5 വിക്കറ്റുകൾ !!!

കിവീസ് നിരയിൽ ഹാരിസിന് കിട നിക്കുന്ന ഫീൽഡർ അന്നുമില്ല, ഇപ്പോളുമില്ല. പോയിന്റിലും, ഷോട്ടിലും കിവീസിന്റെ റോഡ്സ് ആയിരുന്നു ഹാരിസ്. നേരിട്ടുള്ള ത്രോകളിലൂടെയും, പറന്നെടുത്ത കാച്ചുകളിലൂടെയും ഹാരിസ് എത്ര പേരെ മടക്കി അയച്ചുവെന്നുള്ളത് മാത്രം നോക്കിയാ മതി പുള്ളിയുടെ ഫീൽഡിങ് എബിലിറ്റി അളക്കാൻ. കളിച്ച 250 ആം ഏകദിനത്തിൽ തോളെല്ലിന് പരിക്കേറ്റ ഹാരിസ് പിന്നീട് തിരിച്ചു വന്നില്ല. കിവീസ് ക്രിക്കറ്റ് കണ്ട മഹത്തായ ഒരു കരിയറിന്റെ അവസാനമായിരുന്നു അത്.

ഗാരി കിർസ്റ്റൻ

90 കളിലെ ഓപ്പണിംഗ് ഇതിഹാസങ്ങളെ കുറിച്ച് ചർച്ച ചെയ്യു മ്പോൾ വളരെ പിന്നിലായി പോകുന്നൊരു പേരാണ് ഗാരി കിർസ്റ്റൻ. ഓരോ ടീമിലും മിന്നുന്ന പ്രകടനം കാഴ്ച വെക്കുന്ന ഓപ്പ ണേഴ്സ് ഉണ്ടായിരുന്നത് കൊണ്ട് തന്നെ കിർസ്റ്റൻ അത്രയൊന്നും ചർച്ച ചെയ്യപ്പെട്ടിട്ടില്ല. കളിച്ച 185 ഏകദിനങ്ങളിൽ, 175 ലധികം കളികളിലും പുള്ളി ഓപ്പണർ തന്നെ ആയിരുന്നു. ആദ്യകാലങ്ങളിൽ ഹഡ്സണും, പിന്നീട് ഗിബ്സും ഒക്കെ മാറി മാറി വന്നെങ്കിലും ഒരറ്റത്ത് കിർസ്റ്റൻ മാറാതെ നിന്നു. 11 കൊല്ലത്തോളം. . ഇടങ്കയ്യ ന്റെ അനായാസത, മനോഹരമായ സ്ട്രോക്ക് പ്ലേ, പന്തിനുമേലുള്ള അസാമാന്യ നിയന്ത്രണം, ടെസ്റ്റിനും ഏകദിനത്തിനും ഒരു പോലെ വണങ്ങുന്ന ബാറ്റിംഗ് ശൈലി. ഇതൊക്കെ ഗാരി കിർസ്റ്റനെന്ന ഓപ്പണറെ വാർത്തെടുക്കുന്നതിൽ എത്ര തന്നെ സഹായിച്ചില്ല!!!90 കളിൽ കിർസ്റ്റന്റെ ബാറ്റിൽ നിന്ന് പ്രവഹിച്ച റണ്ണുകൾ സൗത്താഫ്രി ക്കൻ ഏകദിനങ്ങളിൽ നിർണായക സ്വാധീനം ചെലുത്തിയിട്ടുണ്ട്.

1996 ലോകകപ്പിൽ, U A E ക്കെതിരെ പുറത്താകാതെ അടിച്ചു കൂട്ടിയ 188 റൺസാണ് കിർസ്റ്റൻ എന്ന കളിക്കാരനെ കുറിച്ചുള്ള എന്റെ ആദ്യത്തെ ഓർമ്മ. 2015 ലോകകപ്പിൽ ആദ്യം ഗെയ്ലും, പിന്നീട് ഗുപ്തിലും തകർക്കുന്നത് വരെ അത് ലോകകപ്പിലെ ഏറ്റവും ഉയർന്ന വ്യക്തിഗത സ്കോർ ആയിരുന്നു. ഇന്ത്യക്കെതിരെ എക്കാലത്തും ഉജ്ജ്വല ഫോമിൽ ആയിരുന്നു കിർസ്റ്റൻ. കുത്തിത്തി രിയുന്ന പന്തുകളെ പേടിച്ചോടുന്ന സൗത്താഫ്രിക്കൻ ബാറ്റ്സ്മാൻമാ രുടെ ഇടയിൽ തികച്ചും വ്യത്യസ്തൻ ആയിരുന്നു കിർസ്റ്റൻ. 1994 ൽ ഓസ്സീസിനെതിരെ മെൽബണിൽ പുറത്താകാതെ നേടിയ

112, ഇന്ത്യക്കെതിരെ കൊച്ചിയിൽ, 2000 ൽ, നേടിയ 115 റൺസ് ഒക്കെ കിർസ്റ്റൻ എന്ന ഇടങ്കയ്യന്റെ കയ്യൊപ്പ് പതിഞ്ഞ ഇന്നിങ്സുകളാണ്. 185 ഏകദിനങ്ങളിൽ നിന്നായി 13 സെഞ്ചുറികളുടെയും, 45 അർദ്ധസെഞ്ചുറികളുടെയും മികവിൽ 6800 നടുത്തു റൺസ്. 41 ആവറേജിൽ. സൗത്താഫ്രിക്കൻ റൺ യന്ത്രം!!!!!

ടെസ്റ്റിൽ കുറച്ചൂടെ മികവേറിയ കരിയർ ആണ് പുള്ളിയുടേത്. എല്ലാ ടെസ്റ്റ് രാജ്യങ്ങൾക്കെതിരെയും, സെഞ്ചുറി നേടിയ 5 ബാറ്റ്സ്മാന്മാരിൽ ആദ്യത്തെ ആളാണ് കിർസ്റ്റൻ. എല്ലാ രാജ്യങ്ങൾക്കെതിരെയും വ്യക്തമായ ആധിപത്യം പുലർത്തിയ ബാറ്റിംഗ്. ഏഷ്യയിലും, വിൻഡീസിലും, ഓസ്സീസിലും, ഇംഗ്ലണ്ടിലും ഒക്കെ ഒരേ താളത്തിൽ ടെസ്റ്റ് കളിച്ചവർ കിർസ്റ്റനെ പോലെ അധികം കാണില്ല. ദർബനിൽ ഇംഗ്ലണ്ടിനെതിരെ നേടിയ 275, സിഡ്നിയിൽ ഓസ്സീസിനെതിരെ അടിച്ച 153, കൊൽക്കത്തയിൽ ഇന്ത്യക്കെതിരെ നേടിയ 133, ജോർജ്ടൗണിൽ വിൻഡീസിനെതിരെ നേടിയ 150 !! എണ്ണം പറഞ്ഞ ഇന്നിംഗ്സുകൾ. ഇതൊക്കെ അതാത് രാജ്യങ്ങളിലെ മികച്ച ഗ്രൗണ്ടുകൾ കൂടിയാണെന്ന് മനസ്സിലാക്കുമ്പോളെ ആ ഇന്നിംഗ്സുകളുടെ യഥാർത്ഥ വിലയറിയൂ. സൗത്താഫ്രിക്കക്ക് വേണ്ടി ആദ്യമായി 100 ടെസ്റ്റുകൾ പൂർത്തിയാക്കിയതും മറ്റാരുമല്ല. 101 ടെസ്റ്റുകളിൽ 176 ഇന്നിംഗ്സുകളിലായി 21 സെഞ്ചുറികൾ, 34 അർദ്ധസെഞ്ചുറികൾ !!7200 ലേറെ റൺസ്!! 45 ആവറേജിൽ.

ഇങ്ങനെയൊക്കെ ആണെങ്കിലും ഏറ്റവും സക്സസ് ആയ ഇന്ത്യൻ പരിശീലകൻ എന്ന നിലയിലാണ് കിർസ്റ്റൻ ഇപ്പോൾ ഏറ്റവും അറിയപ്പെടുന്നത്. കളിക്കാരുടെ ഇടയിലുള്ള വ്യക്തമായ സ്വാധീനം, വിദേശങ്ങളിൽ ഇന്ത്യ നേടിയ വിജയങ്ങൾ, സർവോപരി 28 കൊല്ലമായി കിട്ടാക്കനിയായിരുന്ന ലോകകപ്പ് നേടിത്തന്ന പരിശീലകൻ എന്ന നിലയിൽ ഒക്കെയും കിർസ്റ്റൻ സുപരിചതൻ ആണ് ഇപ്പോളത്തെ തലമുറയിലും.

ഗ്രെയം ഹിക്ക്

സിംബാംബ്‌വെയിലെ ഒരു പുകയില ഫാമിലാണ് ഹിക്കിന്റെ ജനനവും, വളർച്ചയും. ആദ്യകാലങ്ങളിൽ സിംബാംബ്‌വെക്ക് വേണ്ടി ലിസ്റ്റ് A (ഐസിസി അംഗീകാരം, ഉള്ളതും ഇല്ലാത്തതും ആയ ഏകദിനങ്ങളെ പൊതുവിൽ പറയുന്ന പേര്)ഏകദിനങ്ങൾ കളിച്ചു തുടങ്ങിയ ഹിക്ക്, പതിയെ ഇംഗ്ലീഷ് കൗണ്ടി ക്രിക്കറ്റിലേക്ക് തിരിയുകയായിരുന്നു. അവിടെ ഹിക്ക് മഹാമേരുവായി വളർന്നു. 40, 000 ത്തോളം ഫസ്റ്റ് ക്ലാസ് റൺസ്!!!130 ലേറെ സെഞ്ചുറികൾ !!ഹിക്ക് എന്ന ക്രിക്കറ്റർ തിരിച്ചറിയപ്പെട്ടുകയായിരുന്നു. ഏകദിനശൈലിയിലുള്ള ലിസ്റ്റ് A ക്രിക്കറ്റിലും 20, 000 ലേറെ റൺസ് !!(ലോകക്രിക്കറ്റിൽ ഗ്രഹാം ഗ്ലൂച്ചിനും, പിന്നെ നമ്മുടെ സച്ചിനും മാത്രമേ ഇത്രേം റൺസ് ഉള്ളൂ എന്നറിയുമ്പോഴേ ഈ നേട്ടത്തിന്റെ വിലയറിയൂ).

കാര്യങ്ങൾ ഇങ്ങനെ ഒക്കെ ആണെങ്കിലും ഇംഗ്ലണ്ട് ക്രിക്കറ്റിൽ അത്രക്കൊന്നും ആയില്ല പുള്ളി. പക്ഷേ ഒരു കാലത്തു ഇംഗ്ലണ്ടിന്റെ ടെസ്റ്റ്, ഏകദിന ടീമുകളിൽ നിത്യ സാന്നിധ്യമായിരുന്നു ഈ വലങ്കയ്യൻ. വൺ ഡൌൺ ബാറ്റ്സ്മാൻ!!സ്പിന്നിനെ കളിക്കുന്നതിൽ ഹിക്കിന് കിട നില്ക്കാൻ വേറൊരു ഇംഗ്ലീഷ് ബാറ്റ്സ്മാൻ ഉണ്ടായിട്ടില്ല, ഇപ്പോളും. ടെസ്റ്റായിരുന്നു പുള്ളീടെ പടക്കളം. വിൻഡീസിനെതിരെ നേടിയ 118*, ഇന്ത്യക്കെതിരെ നേടിയ 178 ഒക്കെയാണ് ഹിക്കിന്റെ മികച്ച ഇന്നിങ്സുകൾ. ഇംഗ്ലണ്ടിന്റെ പ്രസ്റ്റീജ് ഇഷ്യൂ ആയ ആഷസ് പരമ്പരകളിൽ ഒരു സെഞ്ച്വറി പോലും ഇല്ല എന്നുള്ളത് ഹിക്കിന്റെ കരിയറിൽ കറുത്ത പാടായി. ഒരിക്കൽ ഓസ്സീസിനെതിരെ ആഷസിൽ, പുള്ളി 98 ൽ നിൽക്കുമ്പോൾ അതർട്ടൻ ഡിക്ലയർ

ചെയ്യത് പുള്ളിയെ വിഷമിപ്പിച്ചിരുന്നു.

മികച്ചൊരു ഏകദിന ബാറ്റ്സ്മാനും കൂടി ആയിരുന്ന ഹിക്ക്, പൊതുവെ ഏകദിനത്തിൽ ശ്രദ്ധ കൊടുക്കാത്ത ഇംഗ്ലീഷ് താരങ്ങളിൽ നിന്നും തികച്ചും വ്യത്യസ്തൻ. ഇംഗ്ലണ്ട് കണ്ടതിൽ ഒരു പക്ഷേ ഏറ്റവും മികച്ച വൺ ഡൌൺ ബാറ്റ്സ്മാൻ. 99 ലെ കാൾട്ടൺ &യുണൈറ്റഡ് സീരീസിൽ അടുപ്പിച്ച നേടിയ 3 സെഞ്ചുറികൾ ഹിക്കിന്റെ ക്ലാസ് വെളിപ്പെടുത്തുന്നവയായിരുന്നു. മികച്ചൊരു സ്ലിപ് ഫീൽഡറും കൂടിയായിരുന്ന ഹിക്ക്, 2 ഫോർമാറ്റിലും കാച്ചുകൾ വാരിക്കൂട്ടി. "A classic example of a player who had really been messed up "എന്ന് സാക്ഷാൽ വോണിനെ കൊണ്ട് പറയിപ്പിച്ച ഹിക്ക് 2001 ൽ കളം വിട്ടു. 2008 വരെ ഇംഗ്ലീഷ് കൗണ്ടി കളിച്ച ഹിക്ക്, ഇന്ത്യൻ ക്രിക്കറ്റ് ലീഗിലും chandigrah lions ന വേണ്ടി കളിച്ചിരുന്നു.

ചാമിന്ദ വാസ്

മരതക ദ്വീപിൽ ഫാസ്റ്റ് ബൗളേഴ്സിന് വലിയ കുറവൊന്നും ഉണ്ടായിട്ടില്ല. പക്ഷേ അവരിൽ ചാമിന്ദ വാസ് എന്ന പേരിനപ്പുറം ഒരാൾ അവിടുന്നുണ്ടായിട്ടില്ല. ഇത്ര വിനാശകാരിയായ, ഇത്ര വിക്കറ്റ് ടേക്കിങ് അബിലിറ്റിയുള്ള ഒരു ഫാസ്റ്റ് ബൗളർ ലങ്കയിലല്ല, ലോക ക്രിക്കറ്റിൽ തന്നെ അധികമില്ല. ആറ് ബോളിലും വിക്കറ്റ് വീഴുമെന്ന പ്രതീതി ജനിപ്പിക്കുന്ന ചുരുക്കം ചില ബൗളർമാരിൽ ഒരാൾ. സ്വിങ് ബൗളിങ്ങിന്റെ സൗന്ദര്യം, പന്തിന്മേലുള്ള അപാര നിയന്ത്രണം, കൃത്യമായ ലൈനും, ലെങ്ത്തും,. പിന്നെ ഇടങ്കയ്യിന്റെ വന്യമായ വേഗതയും. ഗില്ലി, പോണ്ടിങ്, സച്ചിൻ, ഗാംഗുലി, ഫ്ലെമിംഗ് തുടങ്ങിയ ലോകോത്തര ഓപ്പണർമാരെ ഏറ്റവും കൂടുതൽ തവണ പുറത്താക്കിയ റെക്കോർഡ് വാസിനാണെന്ന് പറഞ്ഞാൽ പുള്ളിയെക്കുറിച്ച ഏകദേശ ചിത്രം ആയല്ലോ??

ഏകദിനത്തിൽ കൂടുതൽ അപകടകാരി ആയിരുന്നു വാസ്. ആ ഫോർമാറ്റിൽ ഇങ്ങനെ വിക്കറ്റ് വാരിക്കൂട്ടിയവർ അധികം ഇല്ലെന്നു തന്നെ പറയാം. ഏകദിനത്തിൽ 2 തവണ ഹാറ്റ്രിക്ക് എടുത്ത വാസ്, ഒരു ഇന്നിങ്സിൽ തന്നെ എട്ടു വിക്കറ്റെടുത്ത ഏക ബൗളറുമാണ്. സിംബാംബ്വെ യെ വെറും 38 റൺസിന് ചുരുട്ടി കൂട്ടിയ ആ പ്രകടനം വാസിന്റെ മൂർച്ചയുള്ള പേസ് ആക്രമണത്തിന്റെ ഉത്തമ ഉദാഹരണമാണ്. ഹാട്രിക്ക് ഉൾപ്പടെ, 8 ഓവറിൽ 18 റൺസിന് 8 വിക്കറ്റ്. വേറൊരു ബൗളറും പിന്നീട് അത് ആവർത്തിച്ചിട്ടുമില്ല. വാസും, മുരളീധരനും ചേർന്ന പേസ്, സ്പിൻ ആക്രമണം ലോകക്രിക്കറ്റിലെ തന്നെ ഏറ്റവും വിനാശകരമായ ആക്രമണമാണ്. ഏകദിനത്തിൽ 400 വിക്കറ്റെടുത്ത വാസ്, ആ നേട്ടം കൈവരിക്കുന്ന രണ്ടാമത്തെ

ശ്രീലങ്കനും, ലോകക്രിക്കറ്റിലെ നാലാമനും ആണ്. സാക്ഷാൽ മുരളീധരനും, പിന്നെ പാക്ക് പേസ് ഫാക്ടറികളായ അക്രവും, വഖർ യൂനസും മാത്രമേ 400 ൽ എത്തിയിട്ടുള്ളൂ.

ടെസ്റ്റിൽ 350 ലേറെ വിക്കറ്റെടുത്ത വാസ്, പക്ഷേ മുത്തയ്യയുടെ നിഴലിൽ ഒതുങ്ങിപ്പോയി എന്ന് മാത്രമേ പറയാനുള്ളൂ. പുള്ളിക്ക് സപ്പോർട് കൊടുക്കുക എന്ന ഒറ്റ ജോലിയെ ടെസ്റ്റിൽ വയസിനു ഉണ്ടായിരുന്നുള്ളൂ. അത് അങ്ങേയറ്റം ഭംഗിയായി പുള്ളി ചെയ്യുകയും ചെയ്തു. ടെസ്റ്റിൽ പക്ഷേ ബൗളർ എന്നതിലുപരി, ലോവർ ഓർഡറിൽ വിശ്വസ്തനായ ബാറ്റ്സ്മാൻ കൂടി ആയിരുന്നു ചാമിന്ദ വാസ്. 8-9 പൊസിഷനിൽ ബാറ്റ് ചെയ്യുന്ന വാസ് ഒരു സെഞ്ച്വറിയും, 13 അർദ്ധ സെഞ്ചുറികളും ഉൾപ്പടെ 3000 ലേറെ റൺസും എടുത്തിട്ടുണ്ട്. കരിയറിലെ അവസാനകാലത്തു ബംഗ്ലാദേശിനെതിരെ നേടിയ സെഞ്ച്വറി ആണ് മികച്ച ഇന്നിംഗ്സ്.

2009 ൽ, 35 ആം വയസ്സിൽ അന്താരാഷ്ട്ര ക്രിക്കറ്റിനോട് വിട പറഞ്ഞ വാസ്, പിന്നീട് പരിശീലനരംഗത്തേക്കു കടന്നു. കിവീസിന്റെ ബൗളിംഗ് കോച്ചായി 2012 ൽ നിയമിതനായ വാസ്, 2016 ൽ അയർലണ്ടിന്റെയും, പിന്നീട് ദേശീയ ടീമിന്റെയും ബൗളിംഗ് കോച്ചായി.

ജവഗൽ ശ്രീനാഥ്

പന്തിന്റെ തിളക്കം കുറക്കാൻ മാത്രം പേസർമാർ എന്ന അവസ്ഥയിൽ നിന്ന് ഇന്ത്യൻ ക്രിക്കറ്റിന് ഒരു മാറ്റം ഉണ്ടാക്കിയത് സാക്ഷാൽ കപിൽ ദേവ് ആയിരുന്നു. ലോകോത്തര നിലവാരമുള്ള പേസ് ബൗളിംഗ് ഇന്ത്യ കണ്ടു തുടങ്ങിയത് കപിലിന്റെ വരവോടെയാണ്. പിന്നീട് ഇന്ത്യൻ പേസ് നിരയെ ഒരു വ്യാഴവട്ടക്കാലത്തോളം നയിച്ചത് സൗമ്യനായ, എന്നാൽ വളരെ ആക്രമകാരിയായ ഒരു പേസ് ബൗളർ ആയിരുന്നു. കൃത്യത, വേഗത, റൺസ് വിട്ടുകൊടുക്കുന്നതിലെ പിശുക്ക്, വിക്കറ്റ് എടുക്കുന്നതിലെ മിടുക്ക്. അങ്ങനെ ഒരു പേസ് ബൗളർക്ക് വേണ്ടതൊക്കെ ചേരുംപടി ചേർന്ന ശ്രീനാഥ് എന്ന കർണാടകക്കാരൻ താമസിയാതെ ഇന്ത്യൻ ബൗളിംഗിന്റെ കുന്തമുനയായി. 150 km വേഗതയിൽ പന്തെറിയാൻ കഴിവുള്ള ചുരുക്കം ഇന്ത്യൻ ബൗളർമാരിൽ ഒരാളായിരുന്നു ശ്രീനാഥ്, അതും തുടർച്ചയായി. ശ്രീനാഥും, പ്രസാദും നയിച്ച ഇന്ത്യൻ പേസ് ആക്രമണം അക്കാലത്തെ മറ്റു ടീമുകളുമായി തട്ടിച്ചു നോക്കുമ്പോൾ ദുർബലമായിരുന്നെങ്കിലും, ഇന്ത്യ കണ്ടതിൽ മികച്ച ജോഡി തന്നെ ആയിരുന്നു.

1991 ലാണ് ശ്രീനാഥ് ഇന്ത്യൻ നിരയിലെത്തുന്നത്. മഹാപ്രതാപിയായ കപിലും, മികച്ച ആൾറൗണ്ടറായ പ്രഭാകറും അടങ്ങുന്ന ഇന്ത്യൻ പേസ് നിരയിൽ ശ്രീനാഥ് ഇടം കിട്ടാതെ ബുദ്ധിമുട്ടി. എന്നാൽ കിട്ടിയ സന്ദർഭങ്ങൾ ഒക്കെ ശ്രീനാഥ് മികവ് തെളിയിച്ചെന്ന് പറയാതെ വയ്യ. അക്കാലത്തു തന്നെ ടീമിലെത്തിയ സ്വന്തം നാട്ടുകാരൻ കുംബ്ലെയുമായി ചേർന്ന് ശ്രീനാഥ് വിക്കറ്റുകൾ എറിഞ്ഞിട്ടു. കപിൽ എന്ന സൂര്യൻ അസ്തമയത്തിന്റെ നാളുകളിൽ

ആയിരുന്നതും ശ്രീനാഥിന് തുണയായി. 1994 ൽ കപിലിന്റെ വിരമിക്കലിനു ശേഷം ഓപ്പണിങ് സ്പെല്ലിൽ എത്തിയ ശ്രീനാഥ് തന്റെ വിശ്വരൂപം പുറത്തെടുത്തു. 1996 ലോകകപ്പ്, അക്കൊല്ലം നടന്ന സൗത്താഫ്രിക്കൻ പര്യടനം. തുടങ്ങിയ ക്രിക്കറ്റ് മാമാങ്കങ്ങളിൽ ഒക്കെ ശ്രീനാഥ് കപിലിന്റെ കുറവ് നികത്തി. വേഗത തന്നെ ആയിരുന്നു ശ്രീനാഥിന്റെ ആയുധം. സ്പീഡ് ഗൺ ഉപയോഗിച്ച ആദ്യ സീരീസിൽ (1996 ലെ സൗത്താഫ്രിക്കൻ പര്യടനം)തന്നെ ശ്രീനാഥിന്റെ വേഗത 149. 6 kmh (93 mph)എന്ന് രേഖപ്പെടുത്തി. പിന്നീട് 1997 ൽ ശ്രീനാഥ് 157 kmh വരെ വേഗതയിൽ ബൗൾ ചെയ്തിരുന്നു എന്നാണ് അന്നത്തെ സിംബാംബ്‌വെ ക്യാപ്റ്റൻ അലിസ്റ്റർ കാംബെല്ലിന്റെ വെളിപ്പെടുത്തൽ.

ഏകദിനങ്ങളിൽ ആയിരുന്നു ശ്രീനാഥ് കൂടുതലും തിളങ്ങിയത്. വേഗത്തിൽ 200, 300 വിക്കറ്റ് തികച്ച ഇന്ത്യൻ ബൗളർ ആയ ശ്രീനാഥ് ഏകദിനത്തിൽ 300 വിക്കറ്റ് നേടിയ ഏക പേസ് ബൗളറുമാണ്. സൗത്താഫ്രിക്ക, ഇംഗ്ലണ്ട്, വിൻഡീസ് ടീമുകൾക്കെതിരെ നിരന്തരം മികച്ച പ്രകടനങ്ങൾ പുറത്തെടുത്തിരുന്ന ശ്രീനാഥ് 1997 സീസണിൽ ഒരു സീരീസിൽ വൺ ഡൌൺ ബാറ്റ്സ്മാൻ ആയും കളിച്ചിരുന്നു. ഭേദപ്പെട്ട ഹാർഡ് ഹിറ്റർ ആയിരുന്ന ശ്രീനാഥ് ഒരു അര്ധസെഞ്ചുറിയും അക്കാലത്തു നേടിയിട്ടുണ്ട്. 92, 96, 99, 2003 ലോകകപ്പുകളിൽ മാരകമായ ഫോമിൽ പന്തെറിഞ്ഞിരുന്ന ശ്രീനാഥ് 4 ലോകകപ്പുകളിൽ നിന്നായി 44 വിക്കറ്റുകൾ വാരിക്കൂട്ടി, അത്ര തന്നെ ലോകകപ്പ് വിക്കറ്റുകൾ ഉള്ള സഹീർ ഖാനുമായി ഇന്ത്യൻ റെക്കോർഡ് പങ്കു വെക്കുന്നു. ഏകദിനത്തിൽ 3 തവണ 5 വിക്കറ്റ് നേട്ടം ആഘോഷിച്ച ശ്രീനാഥ്, 5 തവണ മാൻ ഓഫ് ദി മാച്ചുമായി. 229 മത്സരങ്ങൾ!! 315 വിക്കറ്റുകൾ!!

12 കൊല്ലം നീണ്ട കരിയറിൽ ആകെ 67 ടെസ്റ്റ് മത്സരങ്ങൾ മാത്രമേ അദ്ദേഹത്തിന്റെ പേരിലുള്ളൂ. പരിക്കും, ഇന്ത്യൻ സെലക്ടേഴ്സിന് സ്പിന്നർമാരോടുള്ള ആഭിമുഖ്യവും അതിനു കാരണമായി പറയാവുന്നതാണ്. ബൗളിംഗ് മികവ് തുടരുന്നതിൽ ഇതൊന്നും ശ്രീനാഥിന് പ്രതിബന്ധമായി നിന്നിട്ടില്ല എന്ന് വേണം മനസ്സിലാക്കാൻ. 1997 ൽ നടന്ന ഏഷ്യൻ ടെസ്റ്റ് ചാമ്പ്യൻഷിപ്പിൽ പാകിസ്താനെതിരെ ആദ്യ ഇന്നിങ്സിൽ 5 ഉം, രണ്ടാം ഇന്നിംഗ്സിൽ 8 ഉം വിക്കറ്റുകൾ എറിഞ്ഞിട്ടതാണ് മികച്ച പ്രകടനം. അന്ന് ഇന്ത്യ തോറ്റെങ്കിലും സയീദ് അൻവറിനൊപ്പം കളിയിലെ കേമൻ ആയിരുന്നു ശ്രീനാഥ്. പിന്നീട് നിരവധി തവണ 5, 4 വിക്കറ്റ് നേട്ടങ്ങൾ ആഘോഷിച്ചിട്ടുണ്ട് ശ്രീനാഥ്.

1997 ൽ മാരകമായ രീതിയിൽ പരിക്കേറ്റതിനെ തുടർന്ന് 8 മാസത്തോളം ക്രിക്കറ്റിൽ നിന്ന് വിട്ടു നിന്ന ശ്രീനാഥ്, പിന്നീട് മടങ്ങിയെത്തിയെങ്കിലും ആ പരിക്ക് അദ്ദേഹത്തിന്റെ വേഗതയെ നന്നായി ബാധിച്ചു. 1998-99 സീസണിൽ ടീമിലെത്തിയ അഗർക്കർ, സഹീർ ഖാൻ തുടങ്ങിയ മികച്ച പേസർമാർ ഒരു പരിധി വരെ അദ്ദേഹത്തിന്റെ ഭാരം കുറച്ചു. 2003 ലോകകപ്പ് ഫൈനൽ ആയിരുന്നു ശ്രീനാഥിന്റെ അവസാന അന്താരാഷ്ട്രമത്സരം. അതുവരെ മികച്ച രീതിയിൽ പന്തെറിഞ്ഞിരുന്ന ശ്രീനാഥ് ഫൈനലിൽ പോണ്ടിങ്ങിനു മുൻപിൽ നിരായുധനായി. ഇന്ത്യ കണ്ട പേസർമാരിൽ സാക്ഷാൽ കപിൽ ദേവ് കഴിഞ്ഞാൽ, മികച്ച പേസർ എന്ന് വിലയിരുത്തപ്പെടുന്ന ശ്രീനാഥ്, വിരമിച്ചതിനു ശേഷം ഐ സി സി കൺട്രോൾ പാനലിൽ മാച്ച് റഫറി ആയി സ്തുത്യർഹമായ സേവനം ചെയ്തു വരുന്നു.

ജോണ്ടി റോഡ്സ്

ആരാണ് ലോകക്രിക്കറ്റിലെ ഏറ്റവും മികച്ച ബാറ്റ്സ്മാൻ??ആരാണ് മികച്ച ബൗളർ??ആരാണ് മികച്ച ഓൾ റൗണ്ടർ ??ആരാണ് മികച്ച വിക്കറ്റ് കീപ്പർ??തർക്കങ്ങൾ വരും. വാദങ്ങളും, പ്രതിവാദങ്ങളും വരും. തീർപ്പ് പറയാൻ ബുദ്ധിമുട്ട് വരും. ആരാണ് ലോക ക്രിക്കറ്റിലെ മികച്ച ഫീൽഡർ??തർക്കങ്ങളില്ല. എതിരഭിപ്രായങ്ങളില്ല. വാദങ്ങളില്ല. 90 കളിൽ സൗത്താഫ്രിക്കൻ ടീമിൽ ബാക്വാർഡ് പോയിന്റിൽ ഫീൽഡ് ചെയ്തിരുന്ന ഒരാളുടെ പേരെ വായിൽ വരൂ. ജോണ്ടി റോഡ്സ്!!!!!

പന്തിന് പിന്നാലെ പറന്ന് പന്ത് പിടിക്കുന്ന ക്യാച്ചിങ്ങ് സ്റ്റൈൽ. മനുഷ്യസാധ്യമല്ലാത്ത രീതിയിലുള്ള കിടിലൻ ഡൈവുകൾ, ബാറ്റ്സ്മാന്റെ കാലൊന്ന് പൊങ്ങുന്ന ടൈം കിട്ടിയാൽ വിക്കറ്റുകൾ എറിഞ്ഞിടുന്ന ഡയറക്ട് ഹിറ്റർ. ഫീൽഡിങ്ങിലെ ഇതിഹാസം. ക്രിക്കറ്റിലെ ഫീൽഡിങ് ഓൾ റൗണ്ടർ. മിനിമം 40-50 റൺസ് എങ്കിലും പുള്ളി സേവ് ചെയ്തിരിക്കും. സ്വപ്നത്തിൽ പോലും വിചാരിക്കാത്ത ഒരു ക്യാച്ചോ, റൺ ഔട്ടോ ചെയ്തിരിക്കും. പോയിന്റിൽ റോഡ്സ് ഉണ്ടെങ്കിൽ ഗള്ളിയിലും, തേർഡ് മാനിലും ഫീൽഡർമാർക്കു വലിയ പണിയൊന്നും ഉണ്ടാകാറില്ല. എല്ലില്ലാത്തത് എന്ന് തോന്നിപ്പിക്കുന്ന തരത്തിലുള്ള വഴക്കമുള്ള ശരീരവും, അസാമാന്യ റിഫ്ളെക്സും, എല്ലാത്തിനും ഉപരി പന്തിന്മേലുള്ള അസാധാരണമായ നിയന്ത്രണവും റോഡ്സിന് സൂപ്പർമാൻ പരിവേഷം നൽകി. 2003 ലോകകപ്പിൽ കെനിയയുടെ മൗറിസ് ഒടുമ്പേയുടെ ക്യാച്ച് എടുക്കാനുള്ള ശ്രമത്തിൽ കൈയ്യൊടിഞ്ഞ റോഡ്സ് ലോകകപ്പ് മതിയാക്കി തിരിച്ചു പോയി. ആദ്യമായും, അവസാനമായും കൈ വിട്ട

ആ ക്യാച്ചോടു കൂടി പുള്ളിയുടെ ക്രിക്കറ്റ് ജീവിതവും അവസാനിച്ചു. 2003 ൽ റോഡ്സ് കളിക്കളം വിട്ടു.

എല്ലാവരും മികച്ച ഫീൽഡർ എന്ന നിലയിൽ മാത്രം റോഡ്സിനെ തളച്ചിട്ടുമെങ്കിലും, മികച്ചൊരു ബാറ്റ്സ്മാൻ കൂടി ആയിരുന്നു റോഡ്സ്. സൗത്താഫ്രിക്കൻ മധ്യ നിരയിൽ ടെസ്റ്റിലും, ഏകദിനത്തിലും ഒരു പോലെ വിശ്വസ്തനായിരുന്നു പുള്ളി. 2 ഫോർമാറ്റിലും 35 ലേറെ ആവറേജുള്ള റോഡ്സ് ഏകദിനത്തിൽ അറ്റാക്കിങ് ബാറ്റ്സ്മാൻ കൂടിയാണ്. പാകിസ്താനും, ഓസ്സീസിനും എതിരെയാണ് പുള്ളിയുടെ മികച്ച പ്രകടനങ്ങൾ. 300 നടുത്ത അന്താരാഷ്ട്ര മത്സരങ്ങൾ കളിച്ച റോഡ്സ് 5 സെഞ്ചുറികളും, 50 അർദ്ധ സെഞ്ചുറികളും ഉൾപ്പടെ 8000 ലേറെ റൺസ് 2 ഫോർമാറ്റിലും കൂടി നേടി. 2000 ത്തിൽ ടെസ്റ്റിൽ നിന്ന് വിരമിച്ച റോഡ്സ്, പിന്നീട് ഏകദിന സ്പെഷ്യലിസ്റ് ആയി.

സൗത്താഫിക്കയുടെ പ്രൊഫഷണൽ ഹോക്കി പ്ലയെർ കൂടി ആയ റോഡ്സ്, ദേശീയ ടീമിനെ പ്രതിനിധാനം ചെയ്തു, 1992 ഒളിമ്പിക്സ് യോഗ്യത റൗണ്ടിൽ കളിച്ചിരുന്നു. നിഭാഗ്യവശാൽ അവർക്കു യോഗ്യത നേടാനായില്ല. വിരമിച്ചതിന് ശേഷം ഒരു പാട് ടീമുകളുടെ ഫീൽഡിങ് കോച്ചായ റോഡ്സ്, നിലവിൽ മുംബൈ ഇന്ത്യൻസിന്റെ കൊച്ചാണ്. 1992 ലോകകപ്പിൽ ഇൻസമാമിനെ ഔട്ട് ആക്കാൻ വേണ്ടി ഒരു പക്ഷിയെപ്പോലെ ഗ്രൗണ്ടിലൂടെ പന്തുമായി പറന്ന ആ പ്രതിഭാശാലിയെ ആർക്കു മറക്കാൻ കഴിയും??

പ്രശസ്തമായ ആ കമന്ററി ഓർമയില്ലേ

"its not flight, its not a bird. its Jonty Rhodes"

ഡാനിയൽ വെറ്റോറി

ന്യൂസിലാൻഡ് ക്രിക്കറ്റ് തുടക്കം മുതലേ ഒരേ പാതയിലാണ്. വലിയ വളർച്ചയുമില്ല, എന്നാൽ ഒട്ടും താഴ്ചയുമില്ല. പ്രധാന ടൂർണമെന്റുകളിൽ വമ്പന്മാരെ വിറപ്പിക്കുക എന്നതാണ് പ്രധാന പരിപാടി. ആൾറൗണ്ട് മികവാണ് എന്നും അവരുടെ ശക്തി. ഹാഡ്‌ലിയും, കെയിൻസും പോലുള്ള ലോകോത്തര ആൾറൗണ്ടർ മാർ വന്ന നാടാണത്. ആ നിരയിൽ എത്തില്ലെങ്കിലും ഒരു പെർ ഫെക്റ്റ് ബൗളിംഗ് ആൾറൗണ്ടർ, അതും കിവീസിന് പൊതുവെ കിട്ടാക്കനിയായ ഒരു സ്പിന്നർ ആൾറൗണ്ടർ!! ഹാരി പോട്ടറെ അനുസ്മരിപ്പിക്കുന്ന മുഖച്ഛായയോടെ, വെറും 18 ആം വയസ്സിൽ ടീമി ലെത്തിയ, അരങ്ങേറിയ കാലം മുതൽ വിരമിക്കുന്നത് വരെ ടീമിലെ അവിഭാജ്യ ഘടകമായി നിറഞ്ഞു നിന്ന ഡാനിയൽ വെറ്റോറി !!!!

പരമ്പരാഗതമായ സ്പിൻ സങ്കൽപ്പങ്ങൾ പേറുന്ന ഒരു സ്പിന്നർ ആയിരുന്നില്ല വെറ്റോറി. കുത്തിത്തിരിയുന്ന പന്തുകൾ എന്ന സങ്ക ല്പത്തിനപ്പുറം, കൃത്യതയും, സ്പീഡിലുള്ള വ്യത്യാസങ്ങളും, ഫ്ലൈറ്റും, ബാറ്റ്സ്മാനെ കബളിപ്പിക്കുന്ന ബോളുകളും ഒക്കെ ആയിരുന്നു വെറ്റോറിയുടെ ആയുധങ്ങൾ. നമ്മുടെ കുംബ്ലെയുടെ ശൈലിയുമായി നല്ല സാമ്യം. ഏതൊരു മികച്ച ബൗളറെയും പോലെ ടെസ്റ്റിലാണ് വെറ്റോറി മിന്നിത്തിളങ്ങിയത്. ഓസ്സീസിനെതിരെ, 2000 ത്തിൽ, ഓക്‌ലൻഡിൽ നേടിയ 7 വിക്കറ്റ് നേട്ടമാണ് പെട്ടെന്ന് ഓർമയിൽ വരുന്നത്. ലങ്ക, ബംഗ്ലാദേശ്, ഓസ്സീസ്, ഇംഗ്ലണ്ട് എന്നീ ടീമുകൾക്കെ തിരെ നിരന്തരം മികച്ച പ്രകടനങ്ങൾ പുറത്തെടുത്തിട്ടുണ്ട് വെറ്റോറി. ക്വാളിറ്റി സ്പിന്നിനെ പോലും മികച്ച രീതിയിൽ നേരിടുന്ന ഇന്ത്യൻ ബാറ്റ്സ്മാൻമാരുടെ അടുത്തു പക്ഷേ, വെറ്റോറിയുടെ നമ്പറുകളൊന്നും

അത്ര ചിലവായിട്ടില്ല. ബാറ്റ്സ്മാൻ എന്ന നിലയിലും വെറ്റോറി ടെസ്റ്റിൽ മികച്ച പ്രകടനമാണ് നടത്തിയിട്ടുള്ളത്. ഇഷ്ട നമ്പറായ എട്ടാം പൊസിഷനിൽ, ഏറ്റവും കൂടുതൽ റൺസും, സെഞ്ചുറികളും (4) ഈ കണ്ണടക്കാരന്റെ പേരിൽ തന്നെ. 2003 ൽ പാകിസ്ഥാനെതിരെ, ഒമ്പതാമൻ ആയിറങ്ങി, ഉമർ ഗുല്ലും, ഷബീർ അഹമദ്ദും, സമിയും, അബ്ദുൽ റസാക്കും ഒക്കെ ചേർന്ന പാക്ക് പേസ് ഫാക്ടറിയെ നിലം പരിശാക്കി, അപരാജിതനായി നേടിയ 137 റൺസാണ് മികച്ച ഇന്നിംഗ്സ്. കിവീസിന് വേണ്ടി ഏറ്റവും കൂടുതൽ ടെസ്റ്റ് കളിച്ചതും, സാക്ഷാൽ ഹാഡ്‌ലിക്ക് ശേഷം ഏറ്റവും കൂടുതൽ വിക്കറ്റുകളും വെറ്റോറിയുടെ പേരിൽ തന്നെ. ടെസ്റ്റ് ക്രിക്കറ്റിൽ 3000 റൺസും, 300 വിക്കറ്റും എന്ന അപൂർവ ഡബിൾ നേടിയ 8 പേരിൽ ഒരാളും വേറാരും അല്ല.

ഏകദിനത്തിൽ അത്ര തന്നെ അപകടകാരി ആയിരുന്നില്ല വെറ്റോറി എന്ന് പറയേണ്ടി വരും. മറ്റു മുൻനിര സ്പിന്നർമാർ ഉണ്ടാക്കിയ പോലൊരു ഇമ്പാക്ട് ഉണ്ടാക്കാൻ ഏകദിനത്തിൽ വെറ്റോറിക്ക് കഴിഞ്ഞിട്ടുണ്ടോ എന്നത് സംശയമാണ്. 295 ഏകദിനത്തിൽ 303 വിക്കറ്റ് എന്ന വിക്കറ്റ് നേട്ടം ഒരു മുൻ നിര സ്പിന്നർ എന്നതിലുപരി, ഒരു അഞ്ചാം ബൗളറെ സൂചിപ്പിക്കുന്നതാണ്. ജയസൂര്യ, അഫ്രീദി എന്നീ ബൗളര്മാരുടേതിന് തുല്യമാണത്. വാലറ്റത്തു പക്ഷേ, നന്നായി ബാറ്റ് ചെയ്യുന്നതിൽ വെറ്റോറി, ഏകദിനത്തിലും കുറവൊന്നും വരുത്തിയിട്ടില്ല. എട്ടാമനായി കൂടുതലും കളിക്കുന്ന വെറ്റോറി, 4 അർദ്ധസെഞ്ചുറികളും, 2200 ലേറെ റൺസും നേടിയിട്ടുണ്ട്.

2007-2011 വരെ 3 ഫോർമാറ്റിലും കിവീസ് നായകൻ ആയിരുന്ന വെറ്റോറി, 2015 വിരമിക്കൽ പ്രഖ്യാപിക്കുകയും, പിന്നീട് പരിശീലന രംഗത്തേക്ക് കടക്കുകയും ചെയ്തു. ബിഗ് ബാഷ് ലീഗിലും, ഇന്ത്യൻ പ്രീമിയർ ലീഗിലും ടീമുകളെ പരിശീലിപ്പിക്കുന്ന വെറ്റോറി "The New Zealand Order Of Merit " എന്ന കിവീസ് ഗവൺമെൻറ് ബഹുമതി നേടിയ ചുരുക്കം ചിലരിൽ ഒരാളാണ്.

ഡിയോൺ നാഷ്

കിവികൾ ഒരു കാലത്തും ഒരു സൂപ്പർ ബാറ്റ്സ്മാനെയോ, ബൗളേറെയോ ആശ്രയിച്ച കളിച്ചിട്ടില്ല. സാക്ഷാൽ റിച്ചാർഡ് ഹാഡ്‌ലി ആണ് ഒരു അപവാദം. അതും ബൗളിങ്ങിൽ മാത്രം. പിന്നീട് ആ ഒരു റേഞ്ച് ഉള്ള ബൗളർ അവർക്ക ഉണ്ടായിട്ടുമില്ല. ആൾറൗണ്ട് മികവാണ് എന്നും കിവികളുടെ ശക്തി. ആ ഒരു ശക്തിയിലാണ് അവർ ക്രിക്കറ്റിലെ കറുത്ത കുതിരകളായി മാറിയതും. 1992 ലാണ് ഡിയോൺ നാഷ് ടീമിലെത്തുന്നത്. ഒരു മികച്ച ബൗളിംഗ് ഓൾ റൗണ്ടറുടെ ഗുണങ്ങൾ ആദ്യകാലങ്ങളിൽ പ്രകടിപ്പിച്ച നാഷ് പിന്നീട് പരിക്കിന്റെ പിടിയിൽ പെട്ടുകയായിരുന്നു. തന്റെ അഞ്ചാം ടെസ്റ്റിൽ, ലോർഡ്സിൽ, ഇംഗ്ലണ്ടിനെതിരെ 11 വിക്കറ്റുകളും, അർദ്ധസെഞ്ച്വറിയും നേടിയ നാഷ്, ക്രിക്കറ്റിന്റെ മെക്കയിൽ ആ നേട്ടം കൈവരിക്കുന്ന ആദ്യ കളിക്കാരനായി. ഇന്ത്യക്കെതിരെ എന്നും മികച്ച ഫോമിൽ പന്തെറിഞ്ഞിരുന്ന നാഷ് പക്ഷേ, 10 കൊല്ലത്തിനിടയിൽ ആകെ കളിച്ചതു 32 ടെസ്റ്റുകൾ മാത്രം !!!അതിൽ 3 തവണ 5 വിക്കറ്റ് നേട്ടങ്ങൾ ഉൾപ്പടെ 93 വിക്കറ്റുകൾ, 4 അർദ്ധസെഞ്ച്വറികൾ.

നാഷ് നല്ലൊരു പേസ് ബൗളർ തന്നെ ആയിരുന്നു. മികച്ച ഇൻസ്വിങ്ങറുകളും, യോർക്കറുകളും എറിഞ്ഞിരുന്ന നാഷ്, നല്ല ലൈനും ലെങ്ത്തും കീപ് ചെയ്യുമായിരുന്നു. ഏകദിനത്തിലും ചില മികച്ച പ്രകടങ്ങൾ ഉണ്ടായിരുന്നെങ്കിലും, പരിക്കുകളും, ചില ലഹരി മരുന്നുകളുടെ ഉപയോഗവും പുള്ളിയെ തകർത്തു കളഞ്ഞു. തന്റെ പ്രതിഭയോട് നീതി പുലർത്തുന്ന പ്രകടനങ്ങൾ ഏകദിനത്തിൽ പൊതുവെ കുറവാണ്. ഇന്ത്യക്കെതിരെ ഷാർജയിൽ, 1998 ൽ

നേടിയ 4 വിക്കറ്റ് പ്രകടനമാണ് പൊതുവെ ഓർമയിൽ വരുന്നത്. 81 മത്സരങ്ങളിൽ നിന്ന് വെറും 64 വിക്കറ്റുകൾ!!ഒരു ഓപ്പണിങ് ബൗളർക്കു യോജിച്ച പ്രകടനം ആവുന്നില്ല എന്ന് മാത്രമല്ല, വെറും അഞ്ചാം ബൗളറുടെ പ്രകടനമേ ആകുന്നുള്ളൂ അത്. ഡിയോൺ നാഷ് എന്ന ബൗളർ തീർച്ചയായും ഇതിൽ കൂടുതൽ അർഹിച്ചിരുന്നു.

1999 ൽ സ്ഥിരം ക്യാപ്റ്റനായ ഫ്ലെമിങ്ങിന്റെ അഭാവത്തിൽ ടീമിനെ നയിച്ചിരുന്നു നാഷ്. 3 ടെസ്റ്റുകളിലും, 7 ഏകദിനങ്ങളിലും. 2001 ൽ, വെറും 29 ആം വയസ്സിൽ ക്രിക്കറ്റിൽ നിന്ന് വിരമിച്ച നാഷ് പിന്നീട് ദേശീയ ടീമിന്റെ സെലക്ടറും, 2008 ൽ കിവീസ് ബീച്ച് ക്രിക്കറ്റ് ടീമിന്റെ പരിശീലകനും ആയി.

നഥാൻ ആസിൽ

മാർട്ടിൻ ക്രോ അവശേഷിപ്പിച്ചു പോയ ഓപണർ സ്ഥാനത്തേക്ക് കിവീസിന് കിട്ടിയ ഉത്തരമായിരുന്നു നഥാൻ ആസിൽ. ആക്രമണവും, പ്രതിരോധവും ഒരു പോലെ കൂട്ടിയിണക്കിയുള്ള പുള്ളിയുടെ ബാറ്റിംഗ് അക്കാലത്തെ കിവി ബാറ്റിങ്ങിന്റെ മുഖമുദ്ര ആയിരുന്നു. തുടർച്ചയായി ഓപ്പണിംഗിൽ തിളങ്ങിയ ആസിൽ, അക്കാലത്തെ മികച്ച ഓപ്പണർമാരായ സച്ചിൻ, അൻവർ, മാർക്ക് വോ എന്നിവരോട് കിട പിടിക്കുമായിരുന്നു. ഫ്ലെമിംഗ്-ആസിൽ ജോഡി സാങ്കേതിക തികവിന്റെയും, ആക്രമണത്തിന്റെയും സമന്വയമായിരുന്നു. ഇന്ത്യക്കെതിരെ തുടർച്ചയായി സെഞ്ച്വറികൾ അടിച്ചു കൂട്ടിയ ആസിലിന്റെ സുന്ദരമായ ഇന്നിംഗ്സ് ക്രൈസ്റ്റ് ചർച്ചിൽ വിന്ഡീസിനെതിരെ നേടിയ 118 റൺസാണ്. ഈയിടെ റോസ് ടെയ്ലർ തകർക്കുന്നത് വരെ, ഏതാണ്ട് 20 കൊല്ലത്തോളം, കിവീസിന് വേണ്ടി ഏറ്റവും കൂടുതൽ സെഞ്ച്വറികൾ നേടിയ റെക്കോർഡ് ആസിലിന്റെ പേരിലായിരുന്നു. . ലോകകപ്പിൽ ഏറ്റവും കൂടുതൽ തവണ "ഡക്ക് "അടിച്ച ഒരു നാണക്കേടിന്റെ റെക്കോർഡും പുള്ളിയുടെ പേരിലുണ്ട്. 5 തവണയാണ് പുള്ളി സംപൂജ്യനായി മടങ്ങിയത്.

ടെസ്റ്റിലും അമിത പ്രതിരോധത്തിലേക്ക് നീങ്ങാതെയുള്ള ബാറ്റിംഗ് ശൈലി ആയിരുന്നു ആസിലിന്റേത്. ക്രൈസ്റ്റ് ചർച്ചിൽ ഇംഗ്ലണ്ടിനെതിരെ നേടിയ അതിവേഗ ഡബിൾ സെഞ്ച്വറി ആരും മറന്ന് കാണാൻ വഴിയില്ല. കാഡിക്കും, ഹൊവാർഡും, ജൈൽസും, ഫ്ലിന്റോഫും ചേർന്ന ഇംഗ്ലീഷ് ബൗളിംഗ് നിരയെ പിച്ചി ചീന്തുകയായിരുന്നു ആസിൽ. 28 ഫോറുകളും, 11 സിക്സുകളും അടിച്ചു കൂട്ടിയ ഏകദിനത്തെ പോലും നാണിപ്പിക്കുന്ന കിടിലൻ ഇന്നിംഗ്സ്

ആയിരുന്നു അത്. അതിനു മുൻപ് ഓസ്സീസിനെതിരെ പെർത്തിൽ നേടിയ 156 റൺസും ആസിലിന്റെ പ്രതിഭ വിളിച്ചറിയിക്കുന്നതായിരുന്നു.

വിശ്വസിക്കാവുന്ന പാർട്ട്ടൈം ബൗളറും ആണ് മീഡിയം പേസറായ ആസിൽ. പാട്ണർ ഷിപ്പുകൾ ഭേദിക്കുന്നതിൽ അസാമാന്യ കഴിവ് കാണിച്ചിട്ടുണ്ട്, 150 ഓളം അന്താരാഷ്ട്ര വിക്കറ്റുകൾ എടുത്തിട്ടുള്ള ആസിൽ. കിവീസ് നിരയിൽ തിളങ്ങി നിന്നിരുന്ന ഫീൽഡറും കൂടിയായിരുന്നു ഈ സ്ലിപ്പിലെ സ്ഥിരം സാന്നിധ്യം. നല്ലൊരു സോക്കർ താരവും, മോട്ടോർ സ്പോർട്സ് താരവും കൂടിയാണ് ആസിൽ.

നവ്ജ്യോത് സിംഗ് സിദ്ദു

1983 ലോകകപ്പിന് ശേഷം ഇന്ത്യയിൽ ക്രിക്കറ്റ് ആധിപത്യം സ്ഥാപിച്ചു. കപിലും, ഗാവസ്കറും നട്ടു വളർത്തിയ ഇന്ത്യൻ ഏകദിന ക്രിക്കറ്റ്, ഒരു പറ്റം പ്രഗത്ഭരായ യുവാക്കളുടെ കൈകളിലൂടെ, ലോകകപ്പിലൂടെ പൂത്തു തളിർത്തപ്പോൾ, ഹോക്കിക്ക് ശേഷം ഒരു സ്പോർട്സിന്റെ പേരിൽ ഇന്ത്യ അഭിമാനം കൊണ്ടു. ക്രിക്കറ്റിലേക്ക് ഇന്ത്യൻ യുവത്വത്തിന്റെ ഒഴുക്കായിരുന്നു പിന്നീടുള്ള കാലങ്ങളിൽ. അസർ, മഞ്ചരേക്കർ, പ്രഭാകർ, സച്ചിൻ, കാംബ്ലി എന്നിങ്ങനെ ഇന്ത്യ കണ്ട പ്രഗത്ഭരായ കളിക്കാർ 80 കളിൽ ഇന്ത്യൻ പാളയത്തിലെത്തി. എന്നാൽ, ഇവരെക്കാളൊക്കെ വളരെ മുൻപ് ടീമിൽ എത്തുകയും, ആദ്യ സീരീസിൽ തന്നെ പുറത്താക്കപ്പെടുകയും ചെയ്ത ഒരാൾ പിന്നീട് ഇവരുടെ സമകാലികനായി തിരിച്ചു വന്നു. അതീവപ്രതിഭാശാലിയായ ബാറ്റ്സ്മാൻ, പരുക്കൻ ലുക്ക്. പരുക്കൻ ശൈലി. പഞ്ചാബിയുടെ സഹജമായ ധാർഷ്ട്യത്തോടെ, ബൗളർമാരെ ദയാരഹിതം നേരിടുന്ന, ഇന്ത്യൻ മുൻനിരയിലെ, വിശ്വസ്തനായി. . നവ്ജ്യോത് സിംഗ് സിദ്ദു!!!

1983 ൽ വിൻഡീസിനെതിരെ അരങ്ങേറ്റം കുറിച്ച സിദ്ദു, പക്ഷേ ആദ്യ സീരീസിലെ മോശം പ്രകടനത്തോടെ ടീമിൽ നിന്ന് പുറത്തായി. പിന്നീട് വളരെ നാളുകൾക്കു ശേഷം, 1988 ൽ, കിവീസിനെതിരെ മനോഹരമായ സെഞ്ച്വറിയോടെ, കരിയറിലെ രണ്ടാം ഇന്നിംഗ്സ് തുടങ്ങിയ സിദ്ദു, ഇന്ത്യൻ ടോപ് ഓർഡറിലെ നിത്യ സാന്നിധ്യമായി മാറി. പേസ് ബൗളർമാർക്കെതിരെ പാറ പോലുള്ള ഡിഫെൻസും, സ്പിന്നർമാരെ തിരഞ്ഞു പിടിച്ച അതിർത്തി കടത്തുന്ന ആക്രമണവും സിദ്ദുവിനെ ടെസ്റ്റിൽ പൊന്നുംവിലയുള്ള ഇന്ത്യൻ

താരമാക്കി മാറ്റി. ലോകോത്തര സ്പിന്നർമാരെ പോലും പൂ പറിക്കുന്ന ലാഘവത്തോടെ നേരിടുന്ന ഇങ്ങനെ ഒരു ബാറ്റ്സ്മാൻ, ലോകക്രിക്കറ്റിൽ തന്നെ വേറെ ഉണ്ടോ എന്നത് സംശയമാണ്. സ്പിന്നിനെതിരെ നിരന്തരം പായിക്കപ്പെടുന്ന സിക്സറുകൾ "സിക്സർ സിദ്ദു "എന്നൊരു വിളിപ്പേര് പുള്ളിക്ക് ചാർത്തികൊടുത്തു. വിൻഡീസിനെതിരേ പോർട്ട് ഓഫ് സ്പെയിനിൽ നേടിയ ഡബിൾ സെഞ്ച്വറി സിദ്ദുവിന്റെ ബാറ്റിംഗ് ക്ലാസ്സിന്റെ അസാമാന്യ പ്രദർശനം ആയിരുന്നു.

1987 ലോകകപ്പിലാണ് സിദ്ദുവിന്റെ ഏകദിന അരങ്ങേറ്റം, ഓസ്സീസിനെതിരെ. ആ ലോകകപ്പിൽ തന്നെ ബാറ്റ് ചെയ്ത 5 കളികളിൽ നാലിലും അർധസെഞ്ചുറി. ഒരു കരിയർ തുടങ്ങാൻ ഇതിലും മികച്ച പ്രകടനം വേറെന്തു വേണം. ആ ലോകകപ്പിൽ ഇന്ത്യയുടെ നേട്ടം സിദ്ദുവും, ചേതൻ ശർമയുടെ ഹാട്രിക്കും മാത്രം. പിന്നീടങ്ങോട്ട് ഇന്ത്യയുടെ മുൻനിരയിൽ, ഹെൽമെറ്റിന് ഇടയിലൂടെ പേടിപ്പെടുത്തുന്ന നോട്ടവും, പൊക്കിപിടിച്ച ബാറ്റുമായി സിദ്ദു നിന്നു. 90 കളുടെ തുടക്കത്തിൽ ഇന്ത്യൻ നിരയിൽ അസർ കഴിഞ്ഞാൽ റൺസ് നേടുന്നതിൽ സിദ്ദുവിനോളം പോന്നവർ ഉണ്ടായിരുന്നില്ലെന്ന് വേണം പറയാൻ. ആ കാലത്തു ഏറ്റവും കൂടുതൽ സെഞ്ചുറികൾ സ്വന്തം പേരിൽ കുറിക്കപ്പെട്ട ബാറ്റ്സ്മാനും വേറാരുമല്ല. ഇന്ത്യ ആദ്യമായി 300 കടന്ന മത്സരത്തിൽ, ഷാർജയിൽ, പാകിസ്ഥാനെതിരെ സച്ചിനുമായി ചേർന്ന് ഉണ്ടാക്കിയ ഡബിൾ സെഞ്ച്വറി കൂട്ടുകെട്ടാണ് സിദ്ദുവിനെ ഓർക്കുമ്പോൾ ആദ്യം ഓർമ്മ വരുന്നത്. രണ്ടു പേരും അന്ന് സെഞ്ച്വറി നേടിയിരുന്നു. 1993 ൽ, ഗ്വാളിയോറിൽ ഇംഗ്ലണ്ടിനെതിരെ പുറത്താകാതെ നേടിയ 134 റൺസാണ് സിദ്ദുവിന്റെ മികച്ച ഇന്നിങ്സായി വിലയിരുത്തപ്പെടുന്നത്. സെഞ്ചുറി നേടിയ 6 കളികളിൽ അഞ്ചിലും ഇന്ത്യ വിജയിച്ചിരുന്നു. 136 ഏകദിനങ്ങളിൽ നിന്നായി 4400 ലേറെ റൺസെടുത്ത സിദ്ദു, 6 സെഞ്ചുറികളും, 33 അർദ്ധസെഞ്ചുറികളും നേടി.

ക്യാപ്റ്റൻ അസറുമായുള്ള, തർക്കത്തെ തുടർന്ന് 1996 ൽ, ഇംഗ്ലണ്ട് പര്യടനത്തിന്റെ ഇടയിൽ ഇന്ത്യയിലേക്ക് തിരിച്ചു പറന്ന സിദ്ദുവിനെ, ഇന്ത്യൻ ക്രിക്കറ്റ് ബോർഡ് ബാൻ ചെയ്യുകയും, പിന്നീട് 1997 ൽ വിൻഡീസ് പര്യടനത്തിനായി തിരിച്ചെടുത്തപ്പോൾ ഡബിൾ സെഞ്ചുറിയോടെ തിരിച്ചു വരവ് ആഘോഷിക്കുകയും ചെയ്തത് ഒക്കെ അന്നത്തെ ചൂടുള്ള ക്രിക്കറ്റ് വാർത്തകൾ ആയിരുന്നു. ആദ്യകാലങ്ങളിൽ, ഗ്രൗണ്ട് ഫീൽഡിൽ തികഞ്ഞ പരാജയം ആയിരുന്ന സിദ്ദു പിന്നീട് നിരന്തര പരിശ്രമത്തിലൂടെ മെച്ചപ്പെടുകയും ജോണ്ടി സിംഗ്

എന്ന പേര് നേടുകയും ചെയ്തതും ഓർത്തു പോകുന്നു.

1999 ൽ അന്താരാഷ്ട്ര ക്രിക്കറ്റിൽ നിന്നുംവിരമിച്ച സിദ്ദു, ക്രിക്കറ്റ് കമന്റേറ്ററി രംഗത്ത് എത്തുകയും, തന്റെ സ്വതസിദ്ധമായ നർമ്മഭാഷണങ്ങളിലൂടെയും, സാഹിത്യ ഭാഷയിലൂടെയും, കൃത്യമായ വിശകലനങ്ങളിലൂടെയും ആ രംഗത്തും ആരാധകരെ സൃഷ്ടിക്കുകയും ചെയ്തു. ഇന്ത്യൻ രാഷ്ട്രീയത്തിലും നിറ സാന്നിധ്യമാണ് സിദ്ദു.

നാസ്സർ ഹുസൈൻ

നീണ്ട 14 കൊല്ലം ഇംഗ്ലണ്ടിന് വേണ്ടി കളിച്ച ഇന്ത്യൻ വംശജൻ. മദ്രാസിൽ ജനിച്ച, ഇംഗ്ലണ്ടിൽ കുടിയേറി, ഇംഗ്ലീഷ് ആഭ്യന്തര മത്സരങ്ങളിൽ റൺ മലകൾ സൃഷ്ടിച്ച പ്രതിഭാസം. ഫസ്റ്റ് ക്ലാസ് ക്രിക്കറ്റിൽ 62 സെഞ്ചുറികളും, 30000 ലേറെ റൺസും വാരിക്കൂട്ടിയ വലംകയ്യൻ. "ജീനിയസ്സിന്റെ കയ്യൊപ്പുള്ളവൻ"എന്ന് ക്രിക്കറ്റിന്റെ ബൈബിൾ വിശേഷിപ്പിച്ച ബാറ്റ്സ്മാൻ. ഇങ്ങനെ ഒക്കെ ആണെങ്കിലും ഇംഗ്ലണ്ട് ടീമിൽ ഹുസൈൻ സ്ഥിരം അംഗം ഒന്നുമാ യിരുന്നില്ല. ആദ്യ കാലങ്ങളിൽ, ടീമിൽ വന്നും പോയും ഇരുന്ന കളിക്കാരൻ. 14 കൊല്ലം കൊണ്ട് ആകെ കളിച്ചത് 96 ടെസ്റ്റുകൾ !!!ഏകദിനം പിന്നെ പോട്ടെ. അത് പണ്ടും ഇംഗ്ലണ്ട് ടീമിന് വലിയ പഥ്യമല്ല !!എന്നാലും വെറും 86 ഏകദിനം എന്നത് കുറവ് തന്നെ!!

ടെസ്റ്റ് സ്പെഷ്യലിസ്റ് ആയിരുന്ന നാസ്സർ ഹുസൈൻ. പുള്ളിയുടെ ബാറ്റിംഗ് ശൈലിക്ക് ചേർന്ന ഫോർമാറ്റും അത് തന്നെ. ആദ്യകാല ങ്ങളിൽ ഓരോ ടെസ്റ്റ് സീരീസിനും ഇടയിൽ രണ്ടും, മൂന്നും കൊല്ലം ഇടവേളകൾ ഉണ്ടായിരുന്ന ഹുസൈൻ, 96 മുതൽ ടെസ്റ്റ് ടീമിൽ സ്ഥിരമായി. ഇന്ത്യൻ വംശജൻ ആണെങ്കിലും ആ സ്നേഹമൊന്നും ഇന്ത്യൻ ടീമിനോട് പുള്ളി കാണിച്ചിട്ടില്ല. ഏറ്റവും മനോഹരമായ ഇന്നിംഗ്സുകളും, ഏറ്റവും കൂടുതൽ സെഞ്ചുറികളും, ഏറ്റവും കൂടുതൽ ആവറേജും, ഏറ്റവും കൂടുതൽ റൺസും ഒക്കെ ഇന്ത്യക്കു എതിരെ തന്നെ!!പക്ഷേ ഇംഗ്ലീഷ് ടീമിന്റെ ചിരവൈരികളായ ഓസ്സീസിനെ തിരെയാണ് ഹുസൈന്റെ മികച്ച ടെസ്റ്റ് ഇന്നിംഗ്സ് പിറന്നത്, 1997 ൽ ബിർമിങ്ഹാമിൽ നേടിയ ഡബിൾ സെഞ്ച്വറി!!ഇന്ത്യൻ വംശജൻ ആയതു കൊണ്ടാകാം, സ്പിന്നര്മാരെ നേരിടുന്നതിൽ ഹുസൈൻ

പ്രത്യേക മികവ് കാട്ടിയിരുന്നു. 171 ഇന്നിങ്സുകളിൽ നിന്നായി 14 സെഞ്ചുറികളും, 5500 ലേറെ റൺസും അടിച്ചു കൂട്ടിയിട്ടുണ്ട് ഈ പാതി ഇന്ത്യക്കാരൻ. 1999 ൽ ടെസ്റ്റ് ടീമിന്റെ നായകനായ ഹുസൈൻ, 45 ടെസ്റ്റുകളിൽ ഇംഗ്ലണ്ടിനെ നയിച്ചു. അതിൽ 17 കളികളിൽ വിജയം കണ്ട ഹുസൈൻ, വിജയങ്ങളുടെ പട്ടികയിൽ മൂന്നാമതുള്ള ഇംഗ്ലീഷ് ക്യാപ്റ്റൻ ആണ്. ക്യാപ്റ്റൻ എന്ന നിലയിൽ ഹുസൈൻ വിജയമായിരുന്നു എന്ന് പറയാതെ വയ്യ. കിവീസ്, വിൻഡീസ്, പാകിസ്ഥാൻ, ലങ്ക എന്നീ ടീമുകൾക്ക് എതിരെയൊക്കെ സീരീസ് വിജയങ്ങൾ നേടാൻ ഹുസൈന് കീഴിൽ ഇംഗ്ലണ്ടിന് കഴിഞ്ഞു.

ഏകദിനം പുള്ളിയുടെ തട്ടകം ആയിരുന്നില്ല എന്ന് പറഞ്ഞല്ലോ?ഏകദിനത്തിൽ ഇന്ത്യക്കെതിരെ നേടിയ സെഞ്ചുറിയാണ് മികച്ച ഇന്നിംഗ്സ്. 14 കൊല്ലം കൊണ്ട് വെറും 86 ഏകദിനങ്ങൾ എന്നത് ശോചനീയം തന്നെ. അതിൽ തന്നെ ഒരു ഒരു സെഞ്ചുറിയും, 16 അർദ്ധസെഞ്ചുറികളും നേടിയ ഹുസൈൻ 2300 ലേറെ റൺസ് നേടിയിരുന്നു. മികച്ച ഫീൽഡർ കൂടി ആയിരുന്ന നാസ്സർ ഹുസൈൻ, സെക്കൻഡ് സ്ലിപ്പിലും, ഗള്ളിയിലും സ്ഥിര സാന്നിധ്യമായിരുന്നു. മികച്ച ഗ്രൗണ്ട് ഫീൽഡറും കൂടിയായ ഹുസൈൻ, 100 ലേറെ അന്താരാഷ്ട്ര കാച്ചുകളും നേടിയിട്ടുണ്ട്. പുള്ളിയുടെ ഡയറക്റ്റ് ത്രോ അബിലിറ്റിയും പറയാതെ വയ്യ. 2003 ൽ ഇംഗ്ലണ്ടിന്റെ ഏകദിന ക്യാപ്റ്റൻ ആയ ഹുസൈൻ, ലോകകപ്പിലെ ദയനീയ പ്രകടനത്തോടെ പുറത്താക്കപ്പെടുകയും, അധികം വൈകാതെ തന്നെ വിരമിക്കുകയും ചെയ്തു. അതിന് ശേഷം സ്കൈ സ്പോർട്സ് ഗ്രൂപ്പിൽ കമന്റേറ്റർ ടീമിൽ അംഗമായി. 2011 ൽ ‘patyala house” എന്ന ബോളിവുഡ് ചിത്രത്തിലും തല കാട്ടി ഈ ഇന്ത്യൻ വംശജൻ!!

നിക്കി ബോയെ

ഒരു ടീമിൽ നാലിൽ കൂടുതൽ, ഓൾ റൗണ്ടർമാർ ഒരേ സമയം. നാലു പേരും ഒന്നിനൊന്നു മെച്ചം. ഓൾ റൌണ്ട് മികവിലൂടെ ക്രിക്കറ്റിൽ വളർന്ന സൗത്താഫ്രിക്കക്ക് മാത്രം അവകാശപ്പെടാവുന്ന കാര്യം. ക്രോണിയ, പൊള്ളോക്ക്, കാലിസ്, ക്ലൂസ്നർ, സിംകോക്സ്. ബോൾ കൊണ്ടും, ബാറ്റ് കൊണ്ടും കളിയുടെ ഗതി തിരിക്കാൻ കഴിവുള്ളവർ. ഈ കൂട്ടത്തിലേക്കാണ് സ്പിന്നറുടെ റോളിൽ ബോയെ വരുന്നത്. സൗത്താഫ്രിക്കയുടെ ഫസ്റ്റ് സ്പിൻ ചോയ്സ് ആയി പിന്നീട് ബോയെ. തരക്കേടില്ലാത്ത ഓഫ് സ്പിൻ ബൗളർ. ബേസിക്കലി, മികച്ച ബാറ്റ്സ്മാൻ ആയിരുന്നെങ്കിലും, 10 പേരും ബാറ്റ് ചെയ്യുന്ന ആ ടീമിൽ ഒമ്പതാമൻ ആയിട്ടാണ് ബോയെ അക്കാലങ്ങളിൽ ബാറ്റ് ചെയ്തിരുന്നത്. ക്രോണിയയുടെ അപ്രതീക്ഷിത ബാറ്റിംഗ് ചേഞ്ചുകളിൽ ഇടക്ക് വൺ ഡൌൺ ആയി വരാറുള്ള ബോയെ, അപ്പോളൊക്കെ മികച്ച പ്രകടനം കാഴ്ച വെക്കാറുമുണ്ട്. കിവീസിനെതിരെ 2000 ൽ നടന്ന ഏകദിന പരമ്പരയിൽ വൺ ഡൌൺ ഇറങ്ങി അടുപ്പിച്ച 2 സെഞ്ച്വറി നേടിയതോടെ, പുള്ളി 3-4 പൊസിഷനിൽ സ്ഥിരമായി കുറെ കാലം കളിച്ചു. പൊതുവെ ആക്രമണ ശൈലിയിൽ ബാറ്റ് ചെയ്യുന്ന ബോയെ ഏകദിന സ്പെഷ്യലിസ്റ്റാണ്. ബോള് കൊണ്ടും പുള്ളി മോശമാക്കിയിട്ടില്ല. ടീമിലെ അഞ്ചാം ബൗളർ ആയിരുന്നെങ്കിലും, കീപ്പറും റോഡ്സും ഒഴികെ എല്ലാവരും ബോൾ ചെയ്യുന്ന ടീമിൽ അതത്ര കാര്യമാക്കാനില്ല.

പൊതുവെ ഏകദിന സ്പെഷ്യലിസ്റ് ആയതു കൊണ്ട് തന്നെ, അരങ്ങേറ്റം കഴിഞ്ഞു 5 കൊല്ലത്തോളം കഴിഞ്ഞിട്ടാണ് പുള്ളിയെ ടെസ്റ്റ് ടീമിൽ പരിഗണിക്കുന്നത്. അതും സ്പിന്നറായി. ടെസ്റ്റിലും

പുള്ളി മോശമാക്കിയില്ലെന്നു വേണം പറയാൻ. ടെസ്റ്റിൽ പക്ഷേ, ബാറ്റിങ്ങിനെക്കാൾ ബൗളിങ്ങിൽ തന്നെയാണ് ബോയെ മികച്ചു നിന്നത്. 40 മത്സരങ്ങളിൽ നിന്നും 100 വിക്കറ്റ്. ഡൊണാൾഡ്, എന്റിനി, കാലിസ്, പൊള്ളോക്ക് ഒക്കെ ബൗൾ ചെയ്യുന്ന ടീമിൽ അതൊരു കുറഞ്ഞ നേട്ടമായി കാണാൻ പറ്റില്ലല്ലോ??

ഫീൽഡിങ് ആയിരുന്നു ബോയെയുടെ മറ്റൊരു പ്ലസ്. ഗ്രൗണ്ട് ഫീൽഡിലും, കാച്ചിങ്ങിലും സമകാലികനായ റോഡ്സിന് അൽപം മാത്രം താഴെ നിൽക്കും പുള്ളി. പ്രോട്ടിയൻ ക്രിക്കറ്റിന്റെ മൂന്ന് മേഖലകളിലും തന്റേതായ സംഭാവനകൾ നൽകിയ ബോയെ, പക്ഷേ അത്രയൊക്കെ ഓർമിക്കപ്പെടുന്നുണ്ടോ, എന്നത് സംശയമാണ്. അവരുടെ ഓൾ റൌണ്ട് മികവ് തന്നെ കാരണം. 2005 ൽ സാക്ഷാൽ എ ബി ഡി യുടെ വരവോടെ അപ്രസക്തനായ ബോയെ, പിന്നീട് വിരമിക്കുകയായിരുന്നു.

നീൽ ജോൺസൺ

വെറും 2 കൊല്ലം മാത്രം നീണ്ട കരിയർ. സിംബാംബ്‌വെ കണ്ട ഏറ്റവും മികച്ച ഓൾ റൗണ്ടർ വെറും 20 മാസമേ ലോക ക്രിക്കറ്റിൽ ഉണ്ടായിരുന്നുള്ളൂ. അതിനിടയിൽ ഇത്രയും ആരാധകരെ ഉണ്ടാക്കിയ താരവും ക്രിക്കറ്റിൽ ഉണ്ടാകാൻ വഴിയില്ല. ബാറ്റ് കൊണ്ടായാലും, ബോള് കൊണ്ടായാലും കളിച്ച തിൽ പകുതിയിൽ ഏറെ കളികളും പുള്ളി വിജയിപ്പിച്ചു. ഒരേ ഒരു ലോകകപ്പ് മാത്രം തന്റെ കരിയറിൽ കളിച്ച നീൽ ജോൺസൺ, ആ ലോകകപ്പിൽ നേടിയത് 3 മാൻ ഓഫ് ദി മാച്ച് അവാർഡുകൾ. ഏകദിനത്തിൽ ഓപ്പണിംഗ് ബാറ്റ്സ്മാനും, ബൗളറും ആയി മാറി മാറിയ ജോൺസൺ, ആ കാലയളവിലെല്ലാം സിംബാംബ്‌വെയുടെ വിജയശില്പി ആയിരുന്നു. സൗത്താഫ്രിക്ക, ഓസ്ട്രേലിയ, ഇന്ത്യ എന്നീ ടീമുകൾക്കെതിരെ തുടർച്ചയായി നല്ല ഫോമിൽ കളിച്ചി രുന്ന ജോൺസൺ. 1999 ലോകകപ്പിലെ പ്രകടനങ്ങൾ ആണ് ജോൺസണെ ശ്രദ്ധേയനാക്കിയത്. ഓസ്സീസിനെതിരെ ഏകദി നത്തിലെ തന്റെ മികച്ച ഇന്നിംഗ്സ് (132)കളിച്ച ജോൺസൺ, പ്രോട്ടീയാസിനെതിരെ നടത്തിയ ഓൾ റൌണ്ട് പ്രകടനവും (76, 3/ 27)അവരുടെ സൂപ്പർ സിക്സ് പ്രവേശനത്തിൽ നിർണായകമായി. സൗത്താഫ്രിക്കയിൽ വളർന്ന്, സൗത്താഫ്രിക്ക A ടീമിനുവേണ്ടി സിംബാംബ്‌വെക്കെതിരെ കളിച്ച ജോൺസൺ, ലോകകപ്പിൽ സിംബാംബ്‌വെക്കു വേണ്ടി സൗത്താഫ്രിക്കയെ തോൽപ്പിച്ചത് ക്രിക്കറ്റിന്റെ പ്രവചനാതീതമായ സ്വഭാവങ്ങളിൽ കൗതുകം ഉണർ ത്തുന്ന ഒന്നാണ്. 48 ഏകദിനങ്ങൾ!! 4 സെഞ്ചുറികൾ!!11 അർദ്ധസെ ഞ്ചുറികൾ!!35 വിക്കറ്റുകൾ !!

ആദ്യ ടെസ്റ്റിലെ രണ്ടു ഇന്നിങ്ങ്സിലും സാക്ഷാൽ സച്ചിൻ ടെണ്ടുൽക്കറെ ഔട്ട് ആക്കി കൊണ്ട്, വരവറിയിച്ച ജോൺസൺ രണ്ടാം ടെസ്റ്റിൽ തന്നെ, പാകിസ്ഥാനെതിരെ, സെഞ്ച്വറി നേടുകയും ചെയ്തു. പൊതുവെ ഏകദിന സ്പെഷ്യലിസ്റ് ആയ ജോൺസന്റെ മാസ്മരിക പ്രകടനങ്ങൾ, വേറെ ഒന്നും തന്നെ ടെസ്റ്റിൽ ഓർക്കുന്നില്ല. വെറും 13 ടെസ്റ്റുകളിൽ കാര്യമായി വേറെന്തു ചെയ്യാൻ ആണ്. 2001 ൽ പ്രതിഫല തർക്കത്തെ തുടർന്ന് ക്രിക്കറ്റിൽ നിന്ന് വിരമിച്ച ജോൺസൺ, പിന്നീട് തന്റെ ജന്മനാടായ സൗത്താഫ്രിക്കയിൽ തിരിച്ച പോവുകയും, അവിടെ ആഭ്യന്തര ക്രിക്കറ്റിൽ സജീവമാവുകയും ചെയ്തു.

ഫാനി ഡിവില്ലേഴ്സ്

90കളിൽ സൗത്ത് ആഫ്രിക്കൻ ബൗളിംഗ് ഡിപ്പാർട്ട്മെന്റ് അലൻ ഡൊണാൾഡിന്റെ പേരിലാണ് അറിയപ്പെട്ടിരുന്നതെങ്കിലും, കൂടുതൽ അപകടകാരിയായ മറ്റൊരു ബൗളർ അവർക്കുണ്ടായിരുന്നു. കരിയറിന്റെ പകുതിയിൽ അധികവും പരിക്കുകൾ അലട്ടിയിട്ടും, മത്സരത്തിന് ഇറങ്ങുമ്പോളൊക്കെ വിക്കറ്റുകൾ വാരിക്കൂട്ടിയിരുന്ന ആറടി രണ്ടിഞ്ചുകാരൻ. ഫാസ്റ്റ് ബൗളർ എന്ന നിലയിൽ സാക്ഷാൽ ഡൊണാൾഡിനെക്കാളും അപകടകാരി. വ്യത്യസ്തമായ ആക്ഷനും, മികച്ച പേസും, ഉയരത്തിന്റെ ആനുകൂല്യത്തിൽ എറിയുന്ന ബൗൺസറുകളും ഫാനിയെ മികച്ച പേസ് ബൗളറാക്കി.

പ്രശസ്തമായ ആംബ്രോസ്-വാൽഷ് സഖ്യം കഴിഞ്ഞാൽ അക്കാലത്തെ മികച്ച ബൗളിംഗ് ജോഡി ആയിരുന്നു ഫാനി-ഡൊണാൾഡ് സഖ്യം. 93-94 സീസണിൽ ടീമിലെത്തിയ ഫാനി, 95 ൽ പാകിസ്താനെതിരെ നടന്ന ടെസ്റ്റ് പരമ്പരയിലെ 5 മത്സരങ്ങളിൽ നിന്ന് 36 വിക്കറ്റുകൾ എടുത്തതാണ് മികച്ച പ്രകടനം. ആ പരമ്പരയിൽ ഒരു അർദ്ധസെഞ്ചുറിയും നേടിയതോടെ ഒരു ടെസ്റ്റിൽ 10 വിക്കറ്റുകളും, അർദ്ധസെഞ്ചുറിയും നേടുന്ന ആദ്യ സൗത്താഫ്രിക്കക്കാരനായി ഫാനി. 5 കൊല്ലത്തോളം ക്രിക്കറ്റിൽ ഉണ്ടായിരുന്നെങ്കിലും വെറും 18 ടെസ്റ്റുകൾ മാത്രമാണ് ഫാനിക്കു കളിക്കാനായത്. അതിൽ 5 തവണ 5 വിക്കറ്റ് നേട്ടം കൊയ്യുകയും ചെയ്ത ഫാനി, 85 വിക്കറ്റുകളും നേടി. പരിക്കുകൾ എങ്ങനെ ഒരു ഫാസ്റ്റ് ബൗളറുടെ അന്തകൻ ആകും എന്നതിന് ഏറ്റവും വലിയ ഉദാഹരണം ആയിരുന്നു ഫാനി.

ഏകദിനത്തിൽ വിക്കറ്റ് എടുക്കുന്ന കാര്യത്തിൽ ഡൊണാൾഡ് മുന്നിൽ നിൽക്കുമെങ്കിലും, റൺസ് വിട്ടുകൊടുക്കാതെ ബാറ്റ്സ്മാനെ

വരിഞ്ഞു കെട്ടുന്ന കാര്യത്തിൽ ഫാനി അസാമാന്യ മിടുക്ക് കാണിച്ചിരുന്നു. ഇന്ത്യ, ലങ്ക, പാക്ക് ടീമുകൾക്കെതിരെ ആഞ്ഞടിക്കുന്ന ഫാനിയുടെ മികച്ച പ്രകടനം പക്ഷേ ഇംഗ്ലണ്ടിനെതിരെ നേടിയ 4 വിക്കറ്റ് നേട്ടമാണ്. റൺസ് വിട്ടുകൊടുക്കുന്നതിൽ ഇത്രയും പിശുക്കനായ വേറൊരു ബൗളർ ഉണ്ടെങ്കിൽ അത് ആംബ്രോസ് മാത്രമാണ്. 3. 57 റൺസ് മാത്രമാണ് പുള്ളി ഒരു ഓവറിൽ വഴങ്ങിയിരുന്നത്. 10 ഓവറിൽ 50 നു മേലെ റൺസ് കൊടുത്തത് വെറും 4 തവണ!!! 83 മത്സരങ്ങളിൽ നിന്നായി 95 വിക്കറ്റുകൾ. 1997 ൽ 33 ആം വയസ്സിൽ ക്രിക്കറ്റിൽ നിന്ന് പടിയിറങ്ങിയ ഫാനി 'പിന്നീട് ആഭ്യന്തര ക്രിക്കറ്റിലെ കമന്റേറ്റർ ആയി. പിന്നീട് ചാരിറ്റി പ്രവർത്തങ്ങളിൽ താല്പര്യം പ്രകടിപ്പിച്ച ഫാനി അന്ധ-ബധിര വിദ്യാർത്ഥികളുടെ ഉന്നമനത്തിനായി പ്രവർത്തിച്ചു.

ബ്രയാൻ ലാറ

ക്രിക്കറ്റിന് ദൈവം ഉണ്ടെങ്കിലും, ഇല്ലെങ്കിലും ഒരു രാജാവും, രാജകുമാരനും ഉണ്ടായിരുന്നു. മൂന്നടിയോളം നീളം വരുന്ന ഒരു മരക്കഷണം കൊണ്ട് അവർ പതിറ്റാണ്ടുകളോളം ലോകക്രിക്കറ്റിലെ ബൗളർമാരെ ഭരിച്ചു. ഇംഗ്ലണ്ടിൽ ജനിച്ചു, വിൻഡീസിൽ വളർന്ന ക്രിക്കറ്റ് സാമ്രാജ്യം അനേകം പ്രതിഭകളാൽ ഭരിക്കപ്പെട്ടെങ്കിലും ഇവരെ പോലെ, ഇവരെയുള്ളൂ. കിംഗ് റിച്ചാർഡ്സും, പ്രിൻസ് ലാറയും. ... വന്യമായ ബാറ്റിംഗ് കരുത്ത് കൊണ്ട് ക്രിക്കറ്റിനെ ഭരിച്ചവർ. സോബേഴ്സും, ക്ലൈവ് ലോയ്ഡും, ഗ്രീനിഡ്ജും, ഹെയ്ൻസും ഒക്കെ വന്ന നാട്ടിൽ നിന്ന് വന്ന് സാമ്രാജ്യം സൃഷ്ടിച്ചവർ നിസ്സാരക്കാരാവാൻ വഴിയില്ലല്ലോ??

ക്രിക്കറ്റ് രാജാവ് നിർത്തിയിടത്തു നിന്നാണ് ലാറയുടെ തുടക്കം. 1990 ൽ. പാകിസ്ഥാനെതിരെ. ഇടങ്കയ്യിന്റെ കരുത്തും, സൗന്ദര്യവും, വന്യതയും, സാങ്കേതികതയും പ്രദർശിപ്പിച്ചു കൊണ്ടുള്ള ഒരു യാത്ര ആയിരുന്നു പിന്നീട്. ലോകോത്തര ബൗളർമാരൊക്കെ ആ അശ്വമേധത്തിൽ തോൽവി സമ്മതിച്ചു. സെഞ്ചുറികളും, ഡബിളുകളും, ട്രിപ്പിളും, ക്വാഡ്രുപ്പിളും, ക്വിന്റപ്പിളും ഒക്കെ ആദ്യമായി ഒരു ബാറ്റിൽ നിന്ന് വന്നു. ബൗളർമാരെ വെല്ലുവിളിച്ചു മണിക്കൂറുകളോളം ക്രീസിൽ അപരാജിതനായി നിന്നു. ഇന്ത്യയിൽ നിന്ന് വന്ന മറ്റൊരു ബാറ്റിംഗ് ഇതിഹാസവുമായി കളിച്ച കാലത്തോളം മത്സരത്തിൽ ഏർപ്പെട്ടു. ആരാണ് മികച്ചവൻ എന്ന് കണ്ടു പിടിക്കാനാകാതെ ക്രിക്കറ്റ് ലോകവും, ആരാധകരും, നിരൂപകരും കുഴങ്ങി.

ടെസ്റ്റ് ബാറ്റ്സ്മാൻ എന്ന നിലയിൽ തന്നെയാണ് ലാറക്ക് മുൻതൂക്കം. കണക്കുകളും, ശൈലിയും ഒക്കെ അത് അടിവരയിടുന്നു.

സുദീർഘമായ ഇന്നിംഗ്സുകൾ കളിയ്ക്കാൻ ലാറയെപോലെ കഴിവുള്ള ഒരാൾ കേട്ടറിവിൽ സാക്ഷാൽ ബ്രാഡ്മാൻ മാത്രമേയുള്ളൂ. ലാറയുടെ മികച്ച ഇന്നിംഗ്സുകൾ പെറുക്കി പറയുന്നത് പാഴ് വേലയാണെന്ന് പ്രത്യേകിച്ച് പറയേണ്ടതില്ലല്ലോ?ടെസ്റ്റിലെ ഏറ്റവും മികച്ച വ്യക്തിഗതസ്കോറും, ഒരു ഓവറിൽ ഏറ്റവും കൂടുതൽ റൺസ് എടുത്ത റെക്കോർഡും ലാറക്ക് തന്നെ. ഒരേസമയം പ്രതിരോധവും, ആക്രമണവും. അഞ്ചാമത്തെ ടെസ്റ്റിൽ തന്നെ തന്റെ ആദ്യസെഞ്ച്വറിയും, ഡബിൾ സെഞ്ച്വറിയും കണ്ടെത്തിയ ലാറ, പിന്നീടങ്ങോട്ട് കൂറ്റൻ സ്കോറുകളുടെ സഹയാത്രികൻ ആയിരുന്നു. 9 വട്ടം 200 ൽ കൂടുതൽ റൺസ്, 2 വട്ടം 300 ൽ കൂടുതൽ. ഒരിക്കൽ 400 ഉം. ടെസ്റ്റിൽ 60. 51 എന്ന ഒട്ടും മോശമല്ലാത്ത സ്ട്രൈക്ക് റേറ്റിൽ, 53 റൺസ് ആവറേജിൽ, 34 സെഞ്ച്വറികളുടെയും, 48 അർദ്ധസെഞ്ച്വറികളുടെയും അകമ്പടിയോടെ 12000 നട്ടുത്ത്ത റൻസുകൾ !!!

ഏകദിനത്തിൽ ഓപ്പണർ, വൺ ഡൗൺ, നാലാമൻ എന്നീ നിർണായകപൊസിഷനുകളിൽ നിരവധി തവണ ബാറ്റ് ചെയ്യാനെത്തിയ ലാറ, ഓരോ പൊസിഷനിലും ഗംഭീര പ്രകടനം കാഴ്ച വെച്ചു. ഈ എല്ലാ പൊസിഷനുകളിലും ലാറ സെഞ്ച്വറികൾ നേടി. 1996 ൽ, കറാച്ചിയിൽ, സൗത്താഫ്രിക്കക്കെതിരെ, വെറും 92 ബോളിൽ എടുത്ത 111 റൺസിന്റെ ഇന്നിംഗ്സ് ഏകദിനത്തിലെ സുന്ദരകാഴ്ചകളിൽ ഒന്നാണ്. വിശ്വവിജയം പ്രതീക്ഷിച്ചെത്തിയ പ്രോട്ടിയൻ പട ആ ഒറ്റ മനുഷ്യന്റെ മുന്നിലാണ് വീണു പോയത്. എണ്ണിയെണ്ണി പറയാവുന്ന ഒരു പാട് ഇന്നിംഗ്സുകൾ വേറെയും ഓർമയിൽ വരുന്നു. ലങ്കക്കെതിരെ ഷാർജയിൽ നേടിയ 169, പാകിസ്ഥാനെതിരെ സബീന പാർക്കിൽ 114 അങ്ങനെ ഒരുപാട്. 17 കൊല്ലം നീണ്ട ഏകദിന കരിയറിൽ 299 മത്സരങ്ങൾ!!19 സെഞ്ച്വറികൾ!!63 അർദ്ധസെഞ്ച്വറികൾ !!10400 ലേറെ റൺസ്!!!!!

2007 ൽ ക്രിക്കറ്റിനോട് വിടപറഞ്ഞ ലാറ, പിന്നീട് ഇന്ത്യൻ ക്രിക്കറ്റ് ലീഗിൽ 2 സീസണിൽ കളിച്ചതായി ഓർക്കുന്നു. അതിനു ശേഷം ഫുട്ബോൾ, ഗോൾഫ്, മോട്ടോർ റേസ് പോലുള്ള മറ്റു സ്പോർട്സുകളിലും താൽപര്യം കാട്ടിയിരുന്നു ക്രിക്കറ്റിന്റെ രാജകുമാരൻ. ട്രിനിഡാഡിൽ പുതുതായി പണി കഴിപ്പിച്ച മനോഹരമായ ക്രിക്കറ്റ് സ്റ്റേഡിയത്തിന് “The Brian Lara Stadium “എന്ന് പേരിട്ടാണ് ട്രിനിഡാഡ് ഗവണ്മെന്റ് ലാറയെ ആദരിച്ചത്.

മർവാൻ അട്ടപ്പട്ടു

മരതക ക്രിക്കറ്റിന്റെ ആധുനിക ചരിത്രത്തിൽ മർവാൻ അട്ടപ്പട്ടു എന്ന കളിക്കാരന്റെ പേര് ആരുടേയും പുറകിലല്ല. ഓപ്പണറായും, മധ്യനിരയിലും അട്ടപ്പാട്ടു ലങ്കയുടെ നെടുംതൂൺ തന്നെ ആയിരുന്നു. സാങ്കേതിക തികവിലും, സ്ട്രോക്ക്പ്ലേയിലും അട്ടപ്പാട്ടു അക്കാലത്തെ ഏതു ബാറ്റസ്മാനോടും കിട നിക്കും. ഏകദിനത്തിലായിരുന്നു അട്ടപ്പാട്ടു കൂടുതൽ തിളങ്ങിയത്. ആദ്യകാലങ്ങളിൽ ഓപ്പണറായും, പിന്നീട് മധ്യനിരയിലും പുള്ളി റൺസ് അടിച്ചുകൂട്ടിയിട്ടുണ്ട്. പേസിനെയും, സ്പിന്നിനെയും ഒരുപോലെ കളിക്കാനുള്ള മികവും, മികച്ച ഫൂട്ട് വർക്കും അട്ടപ്പട്ടുവിനെ വേറിട്ട് നിർത്തി. ക്രിക്കറ്റിന്റെ മെക്കയിൽ, 1998 ൽ, ഇംഗ്ലണ്ടിനെതിരെ പുറത്താകാതെ നേടിയ 132 റൺസ് പുള്ളിയുടെ ക്ലാസ് വെളിപ്പെടുത്തുന്ന ഇന്നിങ്സായിരുന്നു. ഇന്ത്യ, പാക്ക്, വിൻഡീസ്, സൗത്താഫ്രിക്ക തുടങ്ങി എല്ലാ ടീമുകൾക്കെതിരെയും ഒരേ ലാഘവത്തോടെ കളിയ്ക്കാൻ പുള്ളിക്ക് കഴിഞ്ഞു. 17 കൊല്ലം നീണ്ട കരിയറിൽ 11 സെഞ്ചുറികളും, 59 അർദ്ധസെഞ്ചുറികളും അടക്കം 268 മത്സരങ്ങളിൽ നിന്ന് 8500 ലേറെ റൺസ്!!! വിക്കറ്റിന് ഇടയിലുള്ള ഓട്ടത്തിൽ ദയനീയ പരാജയമായിരുന്ന അട്ടപ്പാട്ടു അക്കാര്യത്തിൽ സാക്ഷാൽ ഇൻസമാമിന്റെ മറ്റൊരു പതിപ്പായിരുന്നു. പക്ഷേ മറ്റുള്ളവരെ പൊതുവെ പുറത്താക്കാറില്ല. പുള്ളി തന്നെയാണ് ഔട്ട് ആവുക എന്നൊരു വ്യത്യാസം മാത്രം. ഏകദിനത്തിൽ ഏറ്റവും കൂടുതൽ റൺ ഔട്ടുകളും ഇവരുടെ പേരിൽ തന്നെ. അട്ടപ്പാട്ടു (41), ഇൻസമാം (40).

ടെസ്റ്റിൽ ഇത്ര ആധികാരികതയോടെ പുള്ളി ബാറ്റ് ചെയ്തോ എന്നത് സംശയമാണ്. 1990 ൽ ടീമിലെത്തിയ അട്ടപ്പാട്ടു ആദ്യ

6 ഇന്നിങ്സിൽ അഞ്ചിലും പൂജ്യനായി. എന്നിട്ടും സെലക്ടർമാർ പുള്ളിയിൽ വിശ്വസിച്ചതാണ് അങ്ങേരുടെ വിജയം. അരങ്ങേറി, 7 വർഷത്തിന് ശേഷം, 10 ആം മല്സരത്തിൽ ഇന്ത്യക്കെതിരെ സെഞ്ച്വറി നേടിയ അട്ടപ്പാട്ടു സ്ഥിതി അൽപ്പം മെച്ചപ്പെടുത്തി. അതിനശേഷം എല്ലാ ടെസ്റ്റ് രാജ്യങ്ങൾക്കെതിരെയും സെഞ്ച്വറി നേടിയ അട്ടപ്പാട്ടു ആ നേട്ടം കൈവരിക്കുന്ന അഞ്ചു പേരിൽ ഒരേ ഒരു ശ്രീലങ്കനാണ്. ലങ്കയ്ക്ക് വേണ്ടി ഡബിൾ സെഞ്ച്വറി നേടിയവരിൽ അട്ടപ്പാട്ടു മൂന്നാം സ്ഥാനത്തു നിക്കുന്നു. പൂജ്യങ്ങളുടെ കാര്യത്തിലെ ലോകറെക്കോർഡും പുള്ളിക്ക് തന്നെ. 22 തവണ. അതിൽ തന്നെ 2 ഇന്നിങ്സിലും പൂജ്യൻ 4 തവണ.

ഫീൽഡിങ്ങിന്റെ കാര്യത്തിലും പുള്ളിയെ പരാമർശിക്കാതെ വയ്യ, 90 കളിൽ ലങ്കയുടെ മികച്ച ഫീൽഡർ ആയിരുന്ന അട്ടപ്പാട്ടു, ഗ്രൗണ്ട് ഫീൽഡിങ്ങിലും, ഡയറക്റ്റ് ത്രോകളിലും ഒരു സംഭവം തന്നെ ആയിരുന്നു. ക്രിക്ക് ഇൻഫോ റിപ്പോർട്ട് പ്രകാരം, 1999 ലോകകപ്പ് മുതൽ 2005 വരെ ഏറ്റവും കൂടുതൽ പേരെ റൺ ഔട്ട് ആക്കിയവരിൽ രണ്ടാമനാണ് പുള്ളി. 2007 ലോകകപ്പോടെ ക്രിക്കറ്റിൽ നിന്ന് വിരമിച്ച പുള്ളി, പിന്നീട് കാനഡ ടീമിന്റെ കോച്ചായി. 2011 ൽ ലങ്കയുടെ ബാറ്റിംഗ് കോച്ചായി തിരഞ്ഞെടുക്കപ്പെട്ടു ഈ 48 കാരൻ.

മാർക്കസ് ട്രെസ്കൊത്തിക്ക്

ഇംഗ്ലണ്ട് ഒരു പ്രത്യേകതരം ക്രിക്കറ്റ് ടീമാണ്. ഒരുപാട് പ്രതിഭകൾ ജനിച്ച് വളരുന്ന ക്രിക്കറ്റിന്റെ ജന്മഭൂമി. ഏകദിനത്തിന്റെ സ്പീഡിനെക്കാളും ടെസ്റ്റിന്റെ ക്ലാസ്സിന് പ്രാധാന്യം കൊടുക്കുന്ന, യാഥാസ്ഥിതികരായ ക്രിക്കറ്റ് പ്രേമികളുടെ നാട്. പക്ഷേ, അത്ഭുതപ്പെടുത്തുന്ന വസ്തുത അതൊന്നുമല്ല, എത്ര പ്രതിഭാധനരായ കളിക്കാർക്കും ഇത്രയും ചെറിയ കരിയർ ഓഫർ ചെയ്യുന്ന വേറൊരു ടീമില്ല. പ്രതിഭയുടെ കാര്യത്തിൽ ലോക നിലവാരത്തിൽ കളിക്കുന്നവരെപ്പോലും ഇംഗ്ലണ്ട് ടീമിൽ അധികം കാണില്ല. ഇയാൻ ബെൽ, പീറ്റേഴ്സൺ, ഫ്ലിന്റോഫ് ഒക്കെ ഉദാഹരണങ്ങൾ ആണ്. പക്ഷേ ആ നിരയിൽ അത്ഭുതപ്പെടുത്തുന്ന പേരാണ് ട്രെസ്കൊത്തിക്ക്.

ഇതിലും മികച്ചൊരു ഓപ്പണിംഗ് ബാറ്റ്സ്മാൻ ഇംഗ്ളണ്ട് ടീമിൽ കളിച്ചിട്ടുണ്ടോ എന്ന് സംശയമാണ്. അനായാസമായ ഇടങ്കയ്യൻ ശൈലിയും, മികച്ച ടെക്നിക്കും കൈമുതലായുള്ള ട്രെസ്സ്, ഏകദിനത്തിലായാലും, ടെസ്റ്റിലായാലും റൺസുകൾ അനായാസം വാരിക്കൂട്ടി. വെറും 200 ൽ താഴെ മാത്രം അന്താരാഷ്ട്ര മത്സരങ്ങൾ മാത്രം കളിച്ചിട്ടുള്ള ഈ ഇംഗ്ലീഷ് റൺ യന്ത്രം 26 സെഞ്ച്വറികളും, 50 അർദ്ധസെഞ്ച്വറികളും അടിച്ചിട്ടുണ്ട് എന്ന് പറഞ്ഞാൽ പിന്നെ അതിലപ്പുറം എന്ത് പറയാൻ ആണ്. 2001-02 സീസണുകളിൽ ഇംഗ്ലണ്ടിന്റെ തുറുപ്പ് ശീട്ടായിരുന്നു ട്രെസ്സ്. ഇന്ത്യ, ഓസീസ്, കിവീസ് എന്നീ ടീമുകൾക്കെതിരെ ആണ് ട്രെസ്സിന്റെ ബാറ്റ് തീ തുപ്പിയത്. അതിൽ തന്നെ ഇന്ത്യക്കെതിരെ ആയിരുന്നു ട്രെസ്സിന്റെ പല മികച്ച ഇന്നിങ്സുകളും. ബൗളറുടെ ലൈനും, ലെങ്ത്തും ജഡ്ജ് ചെയ്യുന്നതിൽ സാക്ഷാൽ സച്ചിന് തുല്യം നിക്കുന്ന ബാറ്റ്സ്മാൻ

ആണ് ട്രെസ്സെന്നാണ് അക്കാലത്തെ ഇംഗ്ലണ്ട് ക്യാപ്റ്റൻ മൈക്കൽ വോൺ സാക്ഷ്യപ്പെടുത്തുന്നത്. ഇന്ത്യക്കെതിരെ ലോർഡ്സിലും, കൊൽക്കത്തയിലും നേടിയ സെഞ്ചുറികളാണ് മികച്ച പ്രകടങ്ങൾ. കളിച്ച കാലത്തോളം മികച്ച രീതിയിൽ ബാറ്റ് ചെയ്തിരുന്ന ട്രെസ്സിന്റെ കരിയർ വെറും 6 കൊല്ലം കൊണ്ട് അവസാനിച്ചത് എങ്ങനെയെന്ന് ലോകം മുഴുവനുമുള്ള ക്രിക്കറ്റ് പ്രേമികൾക്ക് ഇന്നും അത്ഭുതമാണ്. 123 മത്സരങ്ങൾ !!85 ന മുകളിൽ പ്രഹരശേഷിയോടെ 12 സെഞ്ചുറികൾ!! 21 അർദ്ധസെഞ്ചുറികൾ !! ഇങ്ങനെ ഒരു ബാറ്റ്സ്മാനെ എന്തിന്റെ പേരിലായാലും പുറത്തിരുത്താൻ ധൈര്യമുള്ള സെലക്ടർമാരെ തൊഴുതു പോകുന്നു.

ടെസ്റ്റിലും മോശമാക്കിയിട്ടില്ല ഈ ഇടങ്കയ്യൻ. ഓവലിൽ സൗത്താഫ്രിക്കക്കെതിരെ ഒറ്റ ഡബിൾ സെഞ്ച്വറി മതി ട്രെസ്സിന്റെ കാലിബർ അളക്കാൻ. പോളോക്കും, എന്റിനിയും, കാലിസും, ഹാളും ഉൾപ്പെട്ട ലോകോത്തര നിലവാരമുള്ള പേസ് പടയെ പൂ പറിക്കുന്ന ലാഘവത്തോടെ നേരിട്ട് നേടിയ ആ ഡബിൾ സെഞ്ചുറിക്ക് ഇംഗ്ലണ്ടിന്റെ വിജയത്തോളം തിളക്കം ഉണ്ടായിരുന്നു. പക്ഷേ, ഓസീസുമായുള്ള ആഷസ് പരമ്പരകളിൽ ട്രെസ്സ് അത്ര വിജയമായില്ല എന്ന് വേണം പറയാൻ. 15 മത്സരങ്ങളിൽ നിന്നായി ഒരു സെഞ്ച്വറി പോലും നേടാൻ ആയില്ല എന്നത് ട്രെസ്സിന്റെ നിലവാരം വെച്ച് നോക്കിയാൽ പരിതാപകരം എന്നെ പറയാനുള്ളൂ. 76 മത്സരങ്ങളിൽ നിന്ന് 44 നോട് അടുത്ത് നിൽക്കുന്ന ശരാശരിയോടെ 5500 ലേറെ റൺസ് വാരിക്കൂട്ടിയ ട്രെസ്സ് അത് വരെ ഇംഗ്ലണ്ടിന് വേണ്ടി കൂടുതൽ റൺസ് നേടിയ താരമായിരുന്നു.

42 ആം വയസ്സിലും ഇംഗ്ലണ്ട് കൗണ്ടി ടീമായ സോമർസെറ്റിന്റെ ഓപ്പണർ ആണ് ട്രെസ്സ്. വെറും ഓപ്പണർ അല്ല സെഞ്ചുറികളും, അർദ്ധസെഞ്ചുറികളും ആയി കളം അടക്കി വാഴുന്ന ലീഡിങ് റൺ സ്കോറർ. അന്താരാഷ്ട്ര ക്രിക്കറ്റിന്റെ സ്ട്രെസ്സും, ടെൻഷനും താങ്ങാനാവാതെ ആണ് അദ്ദേഹം വേഗം തന്നെ കരിയർ അവസാനിപ്പിച്ചത് എന്നൊരു നിഗമനവും നിലവിലുണ്ട്.

മാർക്ക് ടെയ്ലർ

ഓസ്സീസ് ടെസ്റ്റ് ക്യാപ്റ്റന്മാരിൽ ടെയ്ലറുടെ പങ്ക് അവിസ്മരണീയമാണ്. സാക്ഷാൽ അലൻ ബോർഡറിൽ നിന്ന് 1994 ലാണ് ടെയ്ലർ ഓസ്ട്രേലിയയുടെ അമരത്തെത്തുന്നത്. അതോടെ ഓസ്സീസ് ക്രിക്കറ്റിന്റെ മുഖച്ഛായ മാറ്റിക്കളഞ്ഞു ടെയ്ലർ. കർക്കശമായ തീരുമാനങ്ങൾ, അപ്രതീക്ഷിതമായ ബാറ്റിംഗ് ചേഞ്ചുകൾ, പ്രതീക്ഷിക്കാത്ത ഡിക്ലറേഷനുകൾ, ടെസ്റ്റിനും, ഏകദിനത്തിനും വെവ്വേറെ ടീമുകൾ തുടങ്ങീ ത്രസിപ്പിക്കുന്ന തീരുമാനങ്ങളായിരുന്നു ടെയ്ലറുടേത്. ടെസ്റ്റ് ക്രിക്കറ്റിലെ രാജാക്കന്മാരായി 90 കളിൽ മാറിയത്, ടെയ്ലറുടെ കീഴിലായിരുന്നു. നല്ലൊരു ഓപണർ ബാറ്റ്സ്മാൻ കൂടിയായിരുന്നു ടെയ്ലർ. ഏകദിനത്തിലും, ടെസ്റ്റിലും ടെയ്ലർ ഓസ്സീസിന്റെ അക്കൗണ്ട് തുറന്നു. ഇടങ്കയ്യിന്റെ അനായാസതയുള്ള, തികച്ചും കുലീനമായ ബാറ്റിംഗ് ശൈലി. അക്കാലത്തു കുറച്ചൊരു ആക്രമണ ശൈലിയിൽ ടെസ്റ്റിൽ ബാറ്റ് ചെയ്യുന്ന സ്ലേറ്ററുമായുള്ള ടെയ്ലറുടെ ഓപ്പണിങ് കോംബോ ഓസ്സീസിന്റെ പ്ലസ് പോയിന്റ് തന്നെ ആയിരുന്നു. പാകിസ്ഥാനെതിരെ, പെഷവാറിൽ നേടിയ ട്രിപ്പിൾ സെഞ്ച്വറി ടെയ്ലറുടെ മനോഹരമായ ഇന്നിങ്സിൽ ഒന്നായിരുന്നു. സാക്ഷാൽ ബ്രാഡ്മാന്റെ 334, എന്ന ഓസ്സീസ് ടോപ് വ്യക്തിഗത സ്കോറിൽ എത്തിയ ടെയ്ലർ അത് മറികടക്കാൻ താല്പര്യമില്ലാതെ ആ സ്കോറിൽ തന്നെ ഡിക്ലയർ ചെയ്യുകയായിരുന്നു. 1989 ൽ ആദ്യ ആഷസിൽ തന്നെ വരവറിയിച്ച ടെയ്ലർ, ഇംഗ്ലണ്ടിനെതിരെ നേടിയ ഡബിൾ സെഞ്ചുറിയും മികച്ച ഇന്നിങ്സിൽ പെടുന്നു. ഏതൊരു മികച്ച ഓസ്സീസ് ബാറ്റ്സ്മാനെയും പോലെ ഇംഗ്ലണ്ടിനെതിരെ, ആഷസിലാണ് പുള്ളി ഫുൾ ഫോമിൽ കളിച്ചിട്ടുള്ളത്.

ടെസ്റ്റിനെ അപേക്ഷിച്ച് ഏകദിനത്തിൽ പുള്ളി അത്ര ശ്രദ്ധ കൊടുത്തിരുന്നില്ലെന്ന് വേണം കരുതാൻ. ഒരേ ഒരു സെഞ്ച്വറിയെ ഏകദിനത്തിൽ ആ ബാറ്റിൽ നിന്ന് വന്നിട്ടുള്ളൂ. അത് ഇന്ത്യക്കെതിരെ ആയിരുന്നു. അത്ര നല്ലൊരു ഇന്നിംഗ്സ് ഒന്നുമായിരുന്നില്ല അത്. ഏകദിനം ടെയ്‌ലറുടെ തട്ടകം ആയിരുന്നില്ല. ക്യാപ്റ്റൻ എന്ന നിലയിൽ മാത്രമാണ് പുള്ളി ഏകദിനത്തിൽ കൂടുതൽ കാലവും പിടിച്ച് നിന്നത്. അക്രമാസക്തമായ ഓസ്സീസ് ഏകദിന ടീമിൽ പുള്ളി അത്ര ഫിറ്റ് അല്ലാരുന്നു എന്നാണ് തോന്നിയിട്ടുള്ളത്.

ഫസ്റ്റ് സ്ലിപ്പിൽ നിറസാന്നിധ്യമായിരുന്നു ടെയ്‌ലർ. മികച്ച റിഫ്ലെക്സുള്ള നല്ലൊരു ഫീൽഡർ. മാർക്ക് വോയും, ടെയ്‌ലറും ഉൾപ്പെടുന്ന സ്ലിപ് ഫീൽഡിൽ നിന്ന് കാച്ചുകളും, റൺസും ചോരാറില്ലായിരുന്നു. സ്റ്റീവ് വോയെ ക്യാപ്റ്റൻസി ഏൽപ്പിച്ച്, ടെയ്‌ലർ പടിയിറങ്ങുമ്പോൾ ഓസ്ട്രേലിയ ടെസ്റ്റിലും, ഏകദിനത്തിലും ക്രിക്കറ്റിലെ എതിരില്ലാത്ത ടീമായി കഴിഞ്ഞിരുന്നു.

മൈക്കിൾ ബെവൻ

ഫിനിഷർ എന്ന വാക്ക് ക്രിക്കറ്റിന് ഇപ്പോൾ പരിചിതമാണ്. ഹസ്സി, യുവരാജ്, ക്ലൂസ്നർ, എ ബി ഡി, ധോണി തുടങ്ങി പ്രശസ്തരായ ഫിനിഷർമാരുടെ ഒരു നിര തന്നെ ക്രിക്കറ്റിലുണ്ട്. 90 കളിൽ ഒരേ ഒരാളേയെ ക്രിക്കറ്റ് ലോകം ഫിനിഷർ എന്ന് വിളിച്ചിട്ടുള്ളൂ. ഓസ്ട്രേലിയക്കാരൻ മൈക്കിൾ ബെവൻ. പേര് കേട്ട ഓസ്സീസ് നിര തകർന്നടിഞ്ഞപ്പോളൊക്കെ ഒരു സൈഡിൽ ബെവൻ ഉണ്ടെങ്കിൽ അത് അവരെ ബാധിച്ചിട്ടില്ല. ചുരുക്കി പറഞ്ഞാൽ, ബെവൻ ഔട്ട് ആകുന്നതു വരെ ഓസ്സീസ് നിര തകർന്നിട്ടില്ല. തോറ്റു എന്ന് ഓസ്സീസും, ജയിച്ചു എന്ന് എതിർ ടീമും ഉറപ്പിച്ച എത്രയെത്ര കളികളിൽ വാലറ്റക്കാരെയും കൂട്ടി പുള്ളി പൊരുതി ജയിപ്പിച്ചിട്ടില്ല!!

ഏകദിന സ്പെഷ്യലിസ്റ്റ് ആയിരുന്നു ബെവൻ. ഓസ്സീസ് തകർച്ച നേരിട്ടപ്പോളൊക്കെ മികച്ച ഇന്നിങ്സുകൾ കളിച്ചിട്ടുള്ള ബെവന്റെ ഓർമയിൽ നിക്കുന്ന ഇന്നിങ്സുകൾ നിരവധിയാണ്. ഇന്ത്യക്കെതിരെ നേടിയ സെഞ്ച്വറി!!കിവീസിനെതിരെ നേപ്പിയറിൽ നേടിയ സെഞ്ച്വറി!!വിന്ഡീസിനെതിരെ 1996 ൽ നേടിയ 78!!അങ്ങനെ പറഞ്ഞാൽ തീരാത്ത ഇന്നിങ്സുകൾ. ഫിനിഷർ എന്ന വാക്ക് ഇത്രമേൽ യോജിക്കുന്ന ക്രിക്കറ്റർ വേറില്ല തന്നെ. ഓസ്സീസ് മധ്യനിരയിൽ ബെവൻ ഉള്ളിടത്തോളം എതിർ ടീം ബൗളർമാർ വിശ്രമിച്ചിട്ടില്ല. 90 കളിൽ ഔട്ടാക്കാൻ ഇത്രേം ബുദ്ധിമുട്ടുള്ളൊരു ബാറ്റ്സ്മാൻ വേറെ ഉണ്ടായിരുന്നോ എന്ന് സംശയമാണ്. 232 ഏകദിനങ്ങളിലെ, 196 ഇന്നിങ്സുകളിൽ 67 എണ്ണത്തിലും നോട്ട് ഔട്ട് ആയിരുന്നു ആയിരുന്നു ബെവൻ. ഏറ്റവും കൂടുതൽ നോട്ട് ഔട്ടുകളുടെ റെക്കോർഡും ആ സമയത്തു ബെവന്റെ പേരിൽ തന്നെ

ആയിരുന്നു. മൂന്നു തവണ ലോകകപ്പിൽ പങ്കെടുത്ത ബെവൻ, മൂന്നു തവണയും ലോകകപ്പ് ഫൈനലിൽ കളിച്ചു. 2 തവണ കപ്പും എടുത്തു. 2003 ലോകകപ്പിലെ പല കളികളിലും ടീമിന്റെ രക്ഷക്കെത്തിയത് ബെവൻ-ബിക്കൽ സഖ്യം ആയിരുന്നു. 6 സെഞ്ചുറികളും, 46 അർദ്ധ സെഞ്ചുറികളും ഉൾപ്പടെ 7000 ത്തിനടുത്തു റൺസ്. 53. 58 ആവറേജിൽ!!റിട്ടയർ ചെയ്ത ക്രിക്കറ്റർമാരിൽ അമ്പതിലധികം ആവറേജ് ഉള്ള 8 പേരിൽ ഒരുവൻ. ഒരിക്കൽ പോലും 40 ൽ താഴെ ആവറേജ് കീപ്പ് ചെയ്തവരിൽ രണ്ടാമൻ.

ബൗളർ എന്ന നിലയിലും ബെവൻ മോശമാക്കിയില്ല. പലപ്പോളും ടീമിലെ അഞ്ചാം ബൗളർ ആയിരുന്നു ബെവൻ. "ചൈനാമൻ"എന്ന ബൗളിംഗ് രീതിയുടെ അക്കാലത്തെ അംബാസഡർ ആയിരുന്നു ബെവൻ. 60 ലേറെ അന്താരാഷ്ട്ര വിക്കറ്റുകൾ വീഴ്ത്തിയ ബെവൻ ടെസ്റ്റിൽ ഒരു തവണ 5 വിക്കറ്റ് നേടിയിട്ടുണ്ട്. 2004 ൽ അന്താരാഷ്ട്ര ക്രിക്കറ്റിൽ നിന്ന് വിരമിച്ച ബെവൻ, 2008 ൽ ഇന്ത്യൻ ക്രിക്കറ്റ് ലീഗിൽ ചെന്നൈക്ക് വേണ്ടി കളിച്ചിരുന്നു. തുടർന്ന് 2011 ൽ ഐ പി എല്ലിൽ പഞ്ചാബിന്റെ കോച്ചും ആയി മാറി ഈ നാല്പത്തിയേഴുകാരൻ.

രമേഷ് കലുവിതരണ

ലങ്കൻ ടീമിൽ കഴിഞ്ഞ 30 കൊല്ലത്തിനിടെ ഒരുപാട് വിക്കറ്റ്കീപ്പർമാർ വന്നുപോയെങ്കിലും മൂന്നോ, നാലോ പേര് മാത്രമേ ഓർമയിൽ നിക്കുന്നുള്ളൂ. അതിൽ തന്നെ കലുവിതരണയും, സംഗക്കാരയും ആണ് ഇക്കാലത്തോളം അവരുടെ വിക്കറ്റിന് പിന്നിൽ നിന്നവരിൽ മുമ്പന്മാർ. സംഗക്കാര ക്രിക്കറ്റ് ലോകം കണ്ട മികച്ച വിക്കറ്റ് കീപ്പർ-ബാറ്റ്സ്മാൻ ആയിരുന്നെങ്കിൽ, കലുവിതരണ സംഗയ്ക്ക് മുൻപ് ലങ്ക കണ്ട ഏറ്റവും മികച്ച കീപ്പർ-ബാറ്റ്സ്മാൻ ആണ്.

1990 ൽ ആണ് കലു, ഏകദിനടീമിലെത്തുന്നത്. അസാധാരണമായ രീതിയിൽ വിക്കറ്റിന് പിന്നിൽ നിക്കുന്ന വിക്കറ്റ് കീപ്പർ. പക്ഷേ, സ്റ്റമ്പിങ്ങിലും, ക്യാച്ചിങ്ങിലും അസാധാരണ പാടവം. മുരളീധരൻ-കലുവിതരണ കൂട്ടുകെട്ട് ഒരുപാട് ബാറ്റ്സ്മാൻമാരെ പവലിയനിൽ അയച്ചിട്ടുണ്ട്. ആദ്യകാലങ്ങളിൽ, ആറാം നമ്പറിൽ ബാറ്റ് ചെയ്തിരുന്ന കലു, 94-95 സീസണിൽ ഓപ്പണർ ആവുകയും, സഹ ഓപ്പണറായ ജയസൂര്യയുമൊത്തു, ഏകദിനങ്ങളിൽ വിപ്ലവാത്മകമായ മാറ്റം കൊണ്ട് വരികയും ചെയ്തു. സ്ഫോടനാത്മകമായ ബാറ്റിങ്ങിന്റെ ഉടമകളായിരുന്ന ജയസൂര്യ-കലുവിതരണ സഖ്യം ഏറെ ശ്രദ്ധിക്കപ്പെട്ടത് 1996 ലോകകപ്പിലാണ്. 15 ഓവറിൽ 100 റൺസെന്ന തന്ത്രത്തിൽ ബാറ്റ് വീശിയ ഈ ജോഡി ലങ്കൻ കിരീടധാരണത്തിൽ എത്ര തന്നെ പങ്ക് വഹിച്ചില്ല!!. "ലിറ്റിൽ ഡയനാമിറ്റ്" എന്നറിയപ്പെട്ടിരുന്ന കലുവിതരണയുടെ മികച്ച ഇന്നിംഗ്സ്, പക്ഷേ കരിയറിന്റെ അവസാനത്തിൽ 2001 ൽ, കൊളോമ്പോയിൽ ഇംഗ്ലണ്ടിനെതിരെ നേടിയ സെഞ്ചുറിയാണ്. സാധാരണ ലങ്കൻ ബാറ്റ്സ്മാൻമാരെ പോലെ, ഇന്ത്യക്കെതിരെ ഭീഷണി ഉയർത്താൻ കലുവിന്

കഴിഞ്ഞിട്ടില്ല. 189 ഏകദിനങ്ങളിൽ നിന്നായി 2 സെഞ്ച്വറിയും, 23 അർദ്ധ സെഞ്ച്വറികളും ഉൾപ്പടെ 3700 ലേറെ റൺസ്!!132 കാച്ചുകളും, 75 സ്റ്റമ്പിങ്ങുകളും ഉൾപ്പടെ 200 ലേറെ പുറത്താക്കലുകൾ !!!!

ടെസ്റ്റിൽ കലുവിതരണയുടെ തുടക്കം രാജകീയമായിട്ടായിരുന്നു. 1992 ൽ, കൊളോമ്പോയിൽ ഓസ്സീസിനെതിരെ എണ്ണം പറഞ്ഞൊരു സെഞ്ച്വറി നേടിക്കൊണ്ടായിരുന്നു അത്. 158 പന്തിൽ നിന്ന് 132 റൺസ്!!26 ഫോറുകൾ ഉൾപ്പടെ!!അതും ഏഴാമനായി ഇറങ്ങിയിട്ട്!!ഓസ്സീസ്, കിവീസ് ടീമുകൾക്കെതിരെയാണ് കലു, തന്റെ മികച്ച ഇന്നിങ്സുകൾ പുറത്തെടുത്തിട്ടുള്ളത്. വിക്കറ്റിന് മുന്നിലും, പിന്നിലും 90 കളിൽ കലുവിതരണ ലങ്കയുടെ സ്ഥിരം സാന്നിധ്യം ആയിരുന്നു. ടെസ്റ്റിൽ 6-7 പൊസിഷനിൽ ബാറ്റ് ചെയ്തിരുന്ന കലു, 49 ടെസ്റ്റുകളിൽ നിന്നായി 3 സെഞ്ച്വറികളും, 9 അർദ്ധ സെഞ്ച്വറികളും അടക്കം 2000 ത്തിനടുത്തു റൺസ് നേടി. 93 ക്യാച്ചുകളും, 26 സ്റ്റമ്പിങ്ങും ഉൾപ്പടെ 125 നടുത്തു പുറത്താക്കലുകളും!!!2002 ൽ സംഗയുടെ ഉദയത്തോടെ അസ്തമിച്ച കലുവിതരണ, 2004 ൽ 2 ഫോർമാറ്റിലും നിന്ന് വിരമിച്ചു.

രാഹുൽ ദ്രാവിഡ്

1996ലെ ഇംഗ്ലണ്ട് പര്യടനത്തിൽ ആയിരുന്നു ദ്രാവിഡിന്റെ അരങ്ങേറ്റം. നാടകീയമായിരുന്നു അത്. അവസാന ഇലവനിൽ ഉണ്ടോയെന്ന് ടോസിന് തൊട്ടു മുൻപ് വരെ അറിയാത്ത അവസ്ഥ. ഇന്ത്യൻ ടീമിലെ അന്നത്തെ ഏറ്റവും സാങ്കേതിക തികവുള്ള ബാറ്റ്സ്മാൻ സഞ്ജയ് മഞ്ചരേക്കർ പരിക്കിന്റെ പിടിയിലാണ്. അദ്ദേഹം ഫിറ്റ്നസ് ടെസ്റ്റിൽ പരാജയപ്പെട്ടാൽ മാത്രം ടീമിൽ കേറാം. അതിന്റെ റിസൾട്ട് വന്നിട്ടുമില്ല. ടോസിന് 10 മിനിറ്റിന് മുൻപ് മാത്രമാണ് അന്നത്തെ കോച്ച് സന്ദീപ് പാട്ടിൽ, ദ്രാവിഡിനോട് ടീമിൽ ഉള്ള കാര്യം പറയുന്നത്. അന്ന് തൊട്ട് ഇന്ന് വരെ, ദ്രാവിഡ് നിർണായക ഘട്ടങ്ങളിൽ ഒക്കെ ഇന്ത്യയുടെ ഫസ്റ്റ് ചോയ്സ് ആണ്. ഓപ്പണർ ആകാനും, കീപ്പർ ആകാനും, ക്യാപ്റ്റൻ ആകാനും, കോച്ച് ആകാനും വിളിച്ചാൽ വിളിപ്പുറത്തുള്ള ഇന്ത്യയുടെ മതിൽ!!വൻമതിൽ!!

അപാരമായ മനസാന്നിധ്യം, അനിഷേധ്യമായ നിശ്ചയ ദാർഢ്യം, അളന്നു കുറിച്ച സാങ്കേതികത, സർവോപരി ഏതു പന്തിനെയും വരുതിയിലാക്കുന്ന ബാറ്റിംഗ് പാടവം. ലോകത്തിലെ ഏതൊരു ബൗളർക്കും സച്ചിൻ ഒരു മോഹിപ്പിക്കുന്ന വിക്കറ്റ് ആയിരുന്നെങ്കിൽ, ദ്രാവിഡ് ഒരു ദാഹിക്കുന്ന വിക്കറ്റ് ആയിരുന്നു. ഓഫ് സ്റ്റമ്പിൽ നിരന്തരം പന്തെറിഞ്ഞ് ബാറ്റ്സ്മാന്റെ വിക്കറ്റുകൾ കൊയ്തിരുന്ന അക്കാലത്തെ ബൗളർമാർ പക്ഷേ, ഓഫ് സ്റ്റമ്പിൽ വരുന്ന പന്തുകളെ മൈൻഡ് പോലും ചെയ്യാത്ത ഈ ബാറ്റ്സ്മാന്റെ മുൻപിൽ അത്ഭുതത്തോടെയും, ഒട്ടൊരു നിരാശയോടെയും നിന്നു. മോശം പന്തുകൾക്ക് അർഹതപ്പെട്ട കൂലി നൽകാനും ദ്രാവിഡ്

മടിച്ചതുമില്ല. കോപ്പി ബുക്കിനെ വെല്ലുന്ന സ്ക്വയർ ഡ്രൈവുകളും, കട്ട് ഷോട്ടുകളും, പുള്ളുകളും ആ ബാറ്റിൽ നിന്ന് ധാര, ധാരയായി ഒഴുകി. സാക്ഷാൽ സച്ചിന് ശേഷം, ടെസ്റ്റ് ക്രിക്കറ്റിൽ, ഒരു ബാറ്റ്സ്മാന്റെ ഉദയം ഇന്ത്യൻ ജനത നോക്കി കണ്ടു. പെരുന്തച്ചനെ വെല്ലുന്ന മകനെ പോലെ, ചിലപ്പോളൊക്കെ ദ്രാവിഡ് സച്ചിനെ അതിശയിച്ചു. സച്ചിൻ വീണാൽ കൂടെ വീഴുന്ന ഇന്ത്യൻ ബാറ്റിംഗ് നിരയെ, ദ്രാവിഡ് നിവർന്ന് നിൽക്കാൻ പഠിപ്പിച്ചു.

സച്ചിനൊപ്പവും, ഗാംഗുലിക്കൊപ്പവും, ലക്ഷ്മനൊപ്പവും ഒക്കെയുള്ള ദ്രാവിഡിന്റെ കെമിസ്ട്രി ഇന്ത്യൻ ടീമിന്റെ ടെസ്റ്റ് പടയോട്ടങ്ങളിൽ ഊടും, പാവുമായി. ഇത്രയും പാർട്ണർഷിപ്പുകളിൽ ഇത്രയും റൺസ് വാരിയ ബാറ്റ്സ്മാൻ വേറെ ആരുള്ളൂ!!!ടെൻഷൻ കൂടാതെ, വിക്കറ്റ് പോകുമെന്ന പേടി കൂടാതെ തങ്ങളുടെ സ്വതസിദ്ധമായ കളി കളിക്കാം എന്നത് പാർട്ണർ ഷിപ്പുകളിൽ ദ്രാവിഡ് ഉണ്ടാകുമ്പോൾ ഉള്ള അഡ്വാന്റേജ് ആണ്.

ക്യാപ്റ്റന്റെ ഭാഗ്യമായിരുന്നു ദ്രാവിഡ്. ഏതു ജോലിയും വിശ്വസിച്ച് ഏല്പിക്കാവുന്ന കംപ്ലീറ്റ് ടീം മാൻ. മുറുമുറുക്കലുകൾ ഇല്ല, പരിഭവങ്ങൾ ഇല്ല. ബാറ്റിംഗ് ഗ്ലൗസും, കീപ്പിങ് ഗ്ലൗസും ടീമിന് വേണ്ടി അയാൾ ഒരേ ലാഘവത്തോടെ അണിഞ്ഞു. ഒന്നു മുതൽ 7 വരെയുള്ള എല്ലാ പൊസിഷനിലും പരിഭാവങ്ങളില്ലാതെ ബാറ്റ് പിടിച്ചു. കരിയറിന്റെ അവസാനം വന്ന ക്യാപ്റ്റൻസി കൈ നീട്ടി സ്വീകരിച്ചു. കരിയർ അവസാനിച്ചപ്പോൾ ഇന്ത്യയിലെ ക്രിക്കറ്റ് കളിക്കാൻ അറിയുന്ന കുട്ടികൾക്കെല്ലാം പ്രിയപ്പെട്ട ബാറ്റിംഗ് ഗുരുവായി. ദേശീയകളികാർക്കും, രഞ്ജി കളികാർക്കും, അണ്ടർ 19 കാർക്കുമെല്ലാം ബാറ്റിങ്ങിൽ ഒരു തളർച്ച വരുമ്പോൾ ഓടിയെത്താവുന്ന അഭയസ്ഥാനമായി. ക്രിക്കറ്റ് മതമായി കണ്ട ഒരു ജനതയുടെ ദൈവം സച്ചിനായിരുന്നെങ്കിൽ, അവരുടെ കാവൽ മാലാഖ ആയിരുന്നു ദ്രാ

വിഡ്. ഏതു ആപത്തിലും നിന്നു അവരെ രക്ഷിക്കുന്ന കാവൽ മാലാഖ.

റോബിൻ സിംഗ്

വെസ്റ്റ് ഇന്ത്യൻ ദ്വീപ സമൂഹങ്ങളിൽ ഒന്നായ ട്രിനിഡാഡ്&ടുബാഗോയിൽ ജനനം. അവിടെ തന്നെ ആഭ്യന്തര ക്രിക്കറ്റിലൂടെ വളർന്ന്. ട്രിനിഡാഡ്&ടുബാഗോ യൂത്ത് ക്രിക്കറ്റ് ടീമിന്റെ ക്യാപ്റ്റനായി ഉയർന്ന്. സീനിയർ ടീമിനെ പ്രതിനിധീകരിച്ച ഏകദിനങ്ങൾ കളിച്ച തെളിഞ്ഞ റോബിൻ പക്ഷേ ഇന്ത്യയുടെ പുത്രൻ ആയിരുന്നു. 19 ആം വയസ്സിൽ ട്രിനിഡാഡ്, ടുബാഗോ പാസ്പോർട്ട് ഉപേക്ഷിച്ച്, തനി ഇന്ത്യക്കാരനായി മാറിയ റോബിൻ, 1989 ൽ ദേശീയ ടീമിലെത്തി. താൻ കളിച്ച വളർന്ന വിൻഡീസിൽ, വിൻഡീസിനെതിരെ തന്നെ അരങ്ങേറ്റം. പക്ഷേ ആ പരമ്പരയിൽ തന്നെ പുള്ളി ടീമിന് പുറത്താകുന്നു.

അർപ്പണബോധത്തിന്റെ ആൾരൂപമായ റോബിനുണ്ടോ കുലുങ്ങുന്നു??അതിനു ശേഷം ഇന്ത്യൻ ആഭ്യന്തര ക്രിക്കറ്റിൽ ശ്രദ്ധിച്ച റോബിൻ, 22 സെഞ്ചുറികളും, 33 അർദ്ധ സെഞ്ചുറികളും നേടി സെലക്ടർമാരുടെ മുമ്പിൽ അവഗണിക്കാനാവാത്ത വിധം ഉയർന്നു നിന്നു. പോരാത്തതിന് 150 ലേറെ വിക്കറ്റുകളും !!!സാക്ഷാൽ കപിൽ ദേവിന്റെ വിട വാങ്ങലിനു ശേഷം കപിലിന്റെ പിൻഗാമി എന്ന് കൊട്ടിഘോഷിച്ച വന്നവരെല്ലാം 10 മത്സരങ്ങൾ പോലും തികച്ച കളിക്കാതെ പുറത്താകുമ്പോൾ, സെലക്ടർമാരുടെ കണ്ണുകൾ വീണ്ടും നാട്യങ്ങളില്ലാത്ത ഈ തമിഴന്റെ മേൽ പതിയുന്നു.

ഏഴ് കൊല്ലങ്ങൾക്കു ശേഷം വീണ്ടും ദേശീയ ടീമിൽ. 33 ആം വയസ്സിൽ. സാധാരണ ക്രിക്കറ്റർമാർ വിരമിക്കുന്ന പ്രായത്തിൽ. അതും ടീമിലെ ഏറ്റവും ഫിറ്റായ പ്ലേയർ ആയി. . പിന്നെ റോബിൻസിങ് എന്ന ഇടങ്കയ്യൻ തിരിഞ്ഞു നോക്കിയിട്ടേയില്ല. ചീട്ടുകൊട്ടാരം

പോലെ തകരുന്ന ഇന്ത്യൻ വാലറ്റത്തിൽ റോബിൻസിങ് എന്ന പോരാളി വേറിട്ട് നിന്നു. തന്റേതായ ദിവസം ഒരു ബൗളറെയും കൂസാത്തവൻ! ബാറ്റിങ്ങിലെ ഒരു നിയമങ്ങളും അനുസരിക്കാത്തവൻ!!ഓഫ് സൈഡിൽ റൺസ് എടുക്കാൻ ഇഷ്ടമില്ലാത്തവൻ !!!തോറ്റു പോകും എന്ന് കരുതുന്നിടത്തു നിന്ന് വാലറ്റത്തെ കൂട്ട് പിടിച്ച് പൊരുതി നോക്കുന്നവൻ !!!! അങ്ങനെ ജയിപ്പിച്ച ചരിത്രവുമുണ്ട്. എല്ലാവരും പാടിപുകഴ്ത്തുന്ന ഇൻഡിപെൻഡൻസ് കപ്പ് ഫൈനലിൽ പാകിസ്ഥാന്റെ കപ്പിനും, ചുണ്ടിനും ഇടയിൽ നിന്നത് ഈ 35കാരൻ!!!അന്ന് 89 ബോളിൽ എടുത്ത 88 റൺസാണ് പുള്ളിയുടെ ഏറ്റവും മികച്ച, ഒരിക്കലും മറക്കാത്ത ഇന്നിംഗ്സ്. .

ബൗളർ എന്ന നിലയിലും പുള്ളി മോശമാക്കിയിട്ടില്ല. മീഡിയം പേസർ ആയ, ഇന്ത്യയുടെ അഞ്ചാം ബൗളർ ആയ റോബിൻ 70 നടുത്തു വിക്കറ്റുകളും വീഴ്ത്തിയിട്ടുണ്ട്. അതിൽ ലങ്കക്കെതിരെ നേടിയ 2 അഞ്ചു വിക്കറ്റ് നേട്ടങ്ങളാണ് പെട്ടെന്ന് ഓർമയിൽ വരിക. അതിൽ ഒന്ന് 99 വേൾഡ് കപ്പിലായിരുന്നു. അതെ, ഗാംഗുലിയും, ദ്രാവിഡും ലങ്കൻ ബൗളർമാരുടെ മേൽ സംഹാര താണ്ഡവമാടിയ ആ മത്സരത്തിൽ തന്നെ. 2 കളികളിലും ഇന്ത്യക്കു വിജയം. തളരാത്ത പോരാട്ട വീര്യമായിരുന്നു റോബിൻസിങ്ങിന്റെ പ്രത്യേകത. 30 കളിൽ എത്തി നിൽക്കുന്ന റോബിൻസിങ്ങിന്റെ ഗ്രൗണ്ടിലെ പ്രകടനം അന്നത്തെ ഇന്ത്യൻ ക്രിക്കറ്റിന് പുതുമ ആയിരുന്നു. ഗ്രൗണ്ട് ഫീൽഡിങ്ങിലും, ക്യാച്ചിങ്ങിലും റോബിൻ തിളങ്ങി നിന്നു. 2001 ൽ, 39 ആം വയസ്സിൽ റോബിൻസിങ് പടിയിറങ്ങുമ്പോൾ ഫിറ്റ്നസ്സിലും, ഫീൽഡിങ്ങിലും, അർപ്പണമനോഭാവത്തിലും ഇന്ത്യൻ ക്രിക്കറ്റിന്റെ ഒരു യുഗം അവസാനിക്കുകയായിരുന്നു. കോഴയുടെ നീരാളിപ്പിടുത്തത്തിൽ പെടാതെ മാന്യമായി പടിയിറങ്ങിയ അക്കാലത്തെ അപൂർവ്വം ചിലരിൽ ഒരാൾ. വിരമിച്ചതിനു ശേഷം, ഇന്ത്യയുടെ അണ്ടർ-19 ടീമിനെ പരിശീലിപ്പിച്ച റോബിൻസിങ്, I P L ന്റെ ആദ്യവർഷം ഡെക്കാൻ ചാർജേഴ്സിന്റെയും, പിന്നീടുള്ള സീസണുകളിൽ മുംബൈ ഇന്ത്യന്സിന്റെയും ഫീൽഡിങ് കോച്ചായി.

റോഷൻ മഹാനാമ

ശ്രീലങ്കൻ ടീമിൽ ക്ലാസിക് ബാറ്റിങ്ങിന്റെ ഉടമകളായിരുന്നു ഡിസിൽവയും, മഹാനാമയും. ലങ്കൻ മധ്യനിരയുടെ കാവലായിരുന്നു രണ്ടു പേരും. മഹാനാമ കുറേക്കൂടി പ്രതിരോധത്തിലൂന്നിയ ബാറ്റിങ്ങിന്റെ ഉടമ ആയിരുന്നു. ഹരാരെയിൽ സിംബാംബ്‌വെക്കെതിരെ നേടിയ സെഞ്ച്വറിയാണ് മഹാനാമയുടെ ക്ലാസിക് ഇന്നിംഗ്സ്. ആദ്യ കാലങ്ങളിൽ ലങ്കയുടെ ഓപണർ ആയിരുന്ന മഹാനാമ, 96 ലോകകപ്പിലെ അവരുടെ തന്ത്രങ്ങളുടെ ഭാഗമായി മധ്യനിരയിലേക്കു മാറുകയായിരുന്നു. പൊതുവെ മെല്ലെപ്പോക്കുകാരനായ മഹാനാമ ക്ലാസിക് സ്ട്രോക്ക് പ്ലേയുടെ വക്താവാണ്.

ടെസ്റ്റിന് അനുയോജ്യമായൊരു ശൈലി കയ്യിൽ ഉണ്ടായിരുന്നത് കൊണ്ട് തന്നെ ടെസ്റ്റിൽ ലങ്കയുടെ തുറുപ്പു ശീട്ടായി മാറി മഹാനാമ. ഇന്ത്യക്കെതിരെ കൊളോമ്പോയിൽ 1997 ൽ ജയസൂര്യയുമായി ചേർന്നുണ്ടാക്കിയ 576 റൺസിന്റെ കൂട്ടുകെട്ടാണ് പെട്ടെന്ന് ഓർമയിൽ വരിക. അന്ന് 561 പന്തുകൾ നേരിട്ട മഹാനാമ 27 ഫോറുകളുടെ പിൻബലത്തോടെ 225 റൺസാണ് വാരിക്കൂട്ടിയത്. ഔട്ടാക്കാൻ പറ്റുമെന്നൊരു സൂചന പോലും തരാത്ത വിധമാണ് മഹാനാമ ഏതാണ്ട് ഒന്നര ദിവസത്തോളം ക്രീസിൽ നിന്നത്. മികച്ച ഫുട്‌വർക്കും, സാങ്കേതികതയും കൈമുതലായുള്ള മഹാനാമയെ ഔട്ട് ആക്കുക എന്നത് ഏതു ബൗളർക്കും വെല്ലുവിളി ആയിരുന്നു.

ലങ്കൻ നിരയിലെ ഏറ്റവും നല്ല ഫീൽഡർ കൂടി ആയിരുന്നു മഹാനാമ. ഗ്രൗണ്ട് ഫീൽഡിങ്ങിലും, കാച്ചുകൾ എടുക്കുന്നതിലും മഹാനാമ അസാധാരണ മികവാണ് കാട്ടിയത്. 1999 ലോകകപ്പിലെ മങ്ങിയ പ്രകടനത്തോടെ ടീമിൽ നിന്ന് പുറത്തായ അദ്ദേഹം,

ശ്രീലങ്കയുടെ മാറിയ ആക്രമണ ശൈലിയോട് പൊരുത്തപ്പെടാനാകാത്ത ബാറ്റ്സ്മാൻ ആയിരുന്നു.

ക്രിക്കറ്റിന്റെ സാങ്കേതിക വശങ്ങളിൽ അപാര അറിവുണ്ടായിരുന്ന മഹാനാമ, വിരമിച്ചതിനു ശേഷം ഐസിസി മാച്ച് റഫറീ പാനലിൽ തെരഞ്ഞെടുക്കപ്പെട്ടു. സ്തുത്യർഹമായ സേവനമാണ് ആ നിലയിൽ അദ്ദേഹം നടത്തിയത്. 3 ലോകകപ്പുൾപ്പടെ 222 ഏകദിനങ്ങളും, 61 ടെസ്റ്റുകളും, 35 T20 കളും അദ്ദേഹം നിയന്ത്രിച്ചു.

വിനോദ് കാംബ്ലി

ഇന്ത്യൻ ക്രിക്കറ്റിലേക്ക് കാംബ്ലി വരവറിയിക്കുന്നത് കളിക്കൂട്ടുകാരനും, ഇന്ത്യയുടെ എക്കാലത്തെയും മികച്ച ബാറ്റ്സ്മാനുമായ സാക്ഷാൽ സച്ചിന്റെ കൂടെ കളിച്ചൊരു സ്കൂൾ മത്സരത്തിലൂടെയാണ്. അന്നവർ അടിച്ചു കൂട്ടിയ 644 റൺസ് 30 കൊല്ലത്തോളം ലോക റെക്കോർഡ് ആയിരുന്നു. അന്ന് മുതൽ ഇന്ത്യ ചർച്ച ചെയ്ത പേരാണ് വിനോദ് കാംബ്ലി. ഇന്ത്യ ജന്മം നൽകിയ ബാറ്റ്സ്മാന്മാരിൽ പ്രതിഭ കൊണ്ട് കാംബ്ലിയുടെ അടുത്തെങ്ങും നിക്കുന്ന അധികം പേരില്ല. സാക്ഷാൽ സച്ചിൻ പോലും കാംബ്ലിയുടെ മുമ്പിൽ ഒന്നുമല്ലെന്ന് അവരുടെ പരിശീലകൻ ആയിരുന്ന അച്‌രേക്കർ സാർ പലവുരു പറഞ്ഞിട്ടുണ്ട്.

ഏകദിനത്തിൽ മനസ്സിൽ നിക്കുന്ന ഒരു ഇന്നിംഗ്സ് 96 ലോകകപ്പിൽ സിംബാംബ്‌വെക്കെതിരെ ആണ്. അപ്രതീക്ഷിത തകർച്ച നേരിട്ട ആ ലീഗ് മത്സരത്തിൽ കാംബ്ലിയെടുത്ത 106 റൺസ് ഇടങ്കയ്യൻ ബാറ്റിങ്ങിന്റെ സൗന്ദര്യത്തിന് മകുടോദാഹരണമാണ്. കാംബ്ലി പക്ഷേ തിളങ്ങിയത് ടെസ്റ്റിലാണ്. വെറും 2 ആഴ്ചയുടെ വ്യത്യാസത്തിൽ എണ്ണം പറഞ്ഞ 2 ഡബിൾ സെഞ്ച്വറികൾ !!. കേവലം 17 മത്സരം മാത്രം നീണ്ട കാരിയറിൽ 4 സെഞ്ച്വറികളും, 3 അർദ്ധ സെഞ്ച്വറികളും!!! 54 റൺസിന്റെ മികച്ച ആവറേജുള്ള കാംബ്ലി തന്റെ അവസാന ടെസ്റ്റ് കളിക്കുമ്പോൾ വെറും 23 വയസ്സായിരുന്നു പ്രായം !!ടെസ്റ്റിൽ ഏറ്റവും വേഗത്തിൽ 1000 റൺസ് പൂർത്തിയാക്കിയതും ഈ ഇടങ്കയ്യൻ തന്നെ. ഷൊർട് പിച്ച് പന്തുകൾ കളിക്കുന്നതിലെ ദൗർബല്യം കാംബ്ലി എന്ന ബാറ്റ്സ്മാനെ തകർത്തു കളഞ്ഞു. ആ ദൗർബല്യം പരിശീലനത്തിലൂടെ മറികടക്കാൻ അദ്ദേഹം

ശ്രമിച്ചതുമില്ല. ഇന്ത്യക്ക് പുറത്ത് പേസ് ബൗളർമാരുടെ മുൻപിൽ സ്ഥിരം പരാജയമായി തുടങ്ങിയതോടെ പ്രതിഭാധനനായ ആ മധ്യനിരക്കാരൻ ടീമിൽ ബാധ്യത ആവുകയും ഗാംഗുലി, ദ്രാവിഡ് എന്നിവരുടെ വരവോടെ സ്ഥിരമായി ടീമിന് പുറത്താവുകയും ചെയ്തു.

ഇന്ത്യ ഒട്ടാകെ നിരാശയുടെ നിഴൽ വീഴ്ത്തിയ 96 ലോകകപ്പിലെ സെമിയിൽ കരഞ്ഞു കൊണ്ട് പവലിയനിൽ കയറിപ്പോകുന്ന കാംബ്ലി ഏതൊരു ക്രിക്കറ്റ് പ്രേമിയുടെയും സ്വകാര്യ ദുഃഖമാണ്. കാംബ്ലിയെ കുറിച്ചുള്ള മായാത്ത ഓർമയും അതു തന്നെ.

സ്വതവേ, അലസനായ കാംബ്ലി പ്രാക്ടീസിനോ, ടീമിലെ മറ്റു പ്രവർത്തനങ്ങൾക്കോ വലിയ പ്രാധാന്യം കൊടുത്തിരുന്നില്ല. ഫാഷൻ ഷോകളും, നിശാ ക്ലബ്ബുകളും, സംഗീതവും ഒക്കെ ആയിരുന്നു പുള്ളിയുടെ പാഷനുകൾ. വരദാനം പോലെ കിട്ടിയ കഴിവ് ധൂർത്തടിക്കുകയായിരുന്നു ഇന്ത്യയുടെ ഈ ഇടങ്കയ്യൻ. പിന്നീട് സച്ചിൻ ക്യാപ്റ്റൻ ആയപ്പോൾ ഏകദിനത്തിൽ ഒരു തിരിച്ചു വരവ് നടത്തിയെങ്കിലും ദയനീയ പരാജയം ആവുകയായിരുന്നു.

ക്രിക്കറ്റ് വിട്ട കാംബ്ലി പിന്നീട് മ്യൂസിക് ബാന്റുകളിലും, റിയാലിറ്റി ഷോകളിലും ഒക്കെ മുഖം കാണിച്ചു വേറൊരു ട്രാക്കിൽ നീങ്ങുകയായിരുന്നു. ചുരുക്കം ചില ബോളിവുഡ് സിനിമകളിലും, സീരിയലുകളിലും പുള്ളിയെ കണ്ടതായി ഓർക്കുന്നു.

വെങ്കടേഷ് പ്രസാദ്

ഇന്ത്യ പേസ് ബൗളർമാർക്ക് അത്ര വളക്കൂറുള്ള മണ്ണൊന്നുമായിരുന്നില്ല. പന്തിന്റെ തിളക്കം നഷ്ടപ്പെടുത്താൻ മാത്രമായി പേസ് ബൗളർമാരെ ഉപയോഗിക്കുന്ന നാട്ടിൽ നിന്ന് അതൊന്നും പ്രതീക്ഷിക്കാനും പാടില്ല. കപിൽ എന്ന ഒരൊറ്റ പേര് അതൊക്കെ മാറ്റിമറിച്ചു. ചെറിയ പേസ് ബൗളേഴ്സ് ഒക്കെ അതിനു ശേഷം വന്നു തുടങ്ങി. പ്രഭാകറും, ശ്രീനാഥും, സഹീർ ഖാനും ഒക്കെ ആയി ഇന്ത്യൻ നിര മെച്ചപ്പെട്ടു. ആ നിരയിൽ ചേർത്ത് വെക്കാവുന്ന പേരാണ് വെങ്കടേഷ് പ്രസാദ്. പേസിനെ പിന്തുണക്കുന്ന പിച്ചുകളിൽ അപകടകാരിയായ ബൗളർ. നല്ല ലൈനും ലെങ്ത്തും, ഇരുവശത്തേക്കും സ്വിങ് ചെയ്യിക്കാനുള്ള കഴിവും, സ്ലോ ബോളുകൾ ഉപയോഗിക്കാനുള്ള മിടുക്കും സർവോപരി വിക്കറ്റെടുക്കാനുള്ള അതിയായ ആവേശവും പ്രസാദിനെ മികച്ചൊരു ബൗളർ ആക്കി. തന്റെ 5 വര്ഷം നീണ്ട കരിയറിൽ പാർട്ണറായ ശ്രീനാഥുമൊത്തു പ്രസാദ് ഇന്ത്യൻ പേസ് നിരയെ സമ്പുഷ്ടമാക്കി. ആഗ്രഹിക്കുമ്പോഴൊക്കെ വിക്കറ്റ് വീഴ്ത്തുന്ന ഒരു സിദ്ധി അദ്ദേഹത്തിനുണ്ടായിരുന്നു എന്ന് വേണം കരുതാൻ.

ഏകദിനങ്ങളിൽ, കൂടുതൽ അപകടകാരിയായി കാണപ്പെട്ട പ്രസാദ് പാകിസ്ഥാനെതിരെയാണ് തന്റെ മികച്ച പ്രകടനങ്ങൾ പുറത്തെടുത്തിട്ടുള്ളത്. 1996, 1999 ലോകകപ്പുകളിൽ പാകിസ്ഥാനെതിരെയുള്ള മത്സരങ്ങളിൽ പ്രസാദിന്റെ പങ്ക് ഒരു ക്രിക്കറ്റ് സ്നേഹിയും മറക്കില്ല. 96 ൽ മിന്നുന്ന ഫോമിൽ കളിച്ചു കൊണ്ടിരുന്ന സൊഹൈലിനെ പവലിയനിൽ അയച്ച പ്രസാദ്, 99 ൽ 5 വിക്കറ്റുകൾ വീഴ്ത്തി, മാൻ ഓഫ് ദി മാച്ചുമായി. 161 മൽസരങ്ങൾ, 196 വിക്കറ്റുകൾ!!!!

96-97 സീസണിൽ, കരിയറിന്റെ തുടക്കത്തിൽ 15 ടെസ്റ്റുകളിൽ നിന്നായി 55 വിക്കറ്റ് വീഴ്ത്തിയാണ് പ്രസാദ് വരവറിയിച്ചത്. ശ്രീനാഥ്-പ്രസാദ് സഖ്യം ടെസ്റ്റിലും വിക്കറ്റുകൾ എടുത്തു. ശ്രീനാഥിന്റെ ലൈനും, ലെങ്ത്തും വേഗതയും, പ്രസാദിന്റെ സ്വിങ്ങും, സ്ലോ ബോളുകളും ബാറ്റ്സ്മാൻമാരെ കുറച്ചൊന്നു ബുദ്ധിമുട്ടിച്ചെന്ന് പറയാതെ വയ്യ. 1999 ൽ പാകിസ്താനെതിരെ നേടിയ 6 വിക്കറ്റുകളാണ് പെട്ടെന്ന് ഓർമയിൽ വരുന്നത്. അതിൽ തന്നെ റൺസ് ഒന്നും വിട്ടു കൊടുക്കാതെയാണ് അവസാന 5 വിക്കറ്റുകളും വീഴ്ത്തിയത്. പക്ഷേ ശ്രീനാഥ്, കുംബ്ലെ എന്നീ ഇതിഹാസ ബൗളർമാരുടെ നിഴലിൽ ഒതുങ്ങുകയായിരുന്നു പ്രസാദെന്ന ബൗളർ. പരിക്കുകൾ വിടാതെ അലട്ടിയതോടെ 2001 ൽ ക്രിക്കറ്റിനോട് വിട പറഞ്ഞ പ്രസാദ്, 2005 ൽ U-19 ടീം കോച്ചായി വന്ന്, 2006 ൽ അവരെ റണ്ണറപ്പുകളാക്കി മാറ്റുകയും ചെയ്തു. 2007 ൽ ഇന്ത്യൻ ടീമിന്റെ ബൗളിംഗ് കോച്ചായി വന്ന പ്രസാദ്, ഇപ്പോൾ I P L ൽ റോയൽ ചലഞ്ചേഴ്സിനെ പരിശീലിപ്പിക്കുന്നു.

ഷാഹിദ് അഫ്രീഡി

1996-97 സീസണിൽ ഒരു പറ്റം യുവപ്രതിഭകൾ വിവിധ ടീമുകളിലേക്കായി ക്രിക്കറ്റിൽ ഒഴുകിയെത്തി. പിൽക്കാലത്തു ഇതിഹാസ സമാനമായ മാനം കൈവരിച്ചവർ ആയിരുന്നു അവർ. ഗാംഗുലി, ദ്രാവിഡ്, കാലിസ്, ക്ലൂസ്നർ, പോണ്ടിങ് തുടങ്ങി ക്രിക്കറ്റിൽ തങ്ങളുടേതായ ഇടവും, മേൽവിലാസവും എഴുതി ചേർത്തവർ. എന്നാൽ ഇവരിൽ നിന്നൊക്കെ വ്യത്യസ്തനായി ഇടിമുഴക്കം പോലെ ഒരാൾ വരവറിയിച്ചു. ലോകത്തിലെ അക്കാലത്തെ ഒരു ബൗളറെയും ബഹുമാനിക്കാത്ത, ഏതു സാഹചര്യത്തിലും, ഏതു പ്രതിസന്ധിയിലും ഒരേ ശൈലിയിൽ ബാറ്റ് ചെയ്യുന്ന ബലിഷ്ഠകായനായ പതിനാറുകാരൻ പത്താൻ യുവാവ്. ബാറ്റെടുത്ത ആദ്യ കളിയിൽ തന്നെ വെറും 37 പന്തുകളിൽ സെഞ്ചുറി അടിച്ചു, ലോകറെക്കോർഡോടെ തുടക്കം. വാസും, മുരളീധരനും ഉൾപ്പെട്ട ബൗളിംഗ് നിരക്ക് വെറും പുല്ലുവില. തുടർന്നങ്ങോട്ട് ലോകത്തിലെ പേര് കേട്ട ബൗളർമാരെയൊക്കെ അഫ്രീഡി സ്റ്റേഡിയത്തിനു പുറത്തേക്കു വന്യമായ കരുത്തോടെ അടിച്ചിട്ടു. ഏകദിന ക്രിക്കറ്റിൽ കൂടുതൽ സിക്സുകളുടെ പേര് കൂടി ആ പേരിൽ കുറിക്കപ്പെട്ടതോടെ ആരാധക സമൂഹവും, ക്രിക്കറ്റ് പ്രേമികളും വിളിച്ചു. ബൂം ബൂം അഫ്രീഡി. . പിന്നീട് വിരമിക്കുന്നത് വരെ (പലവട്ടം) പാകിസ്ഥാൻ മധ്യനിരയിലെ പോരാളി ആയിരുന്നു അഫ്രീഡി (വിശ്വസ്തൻ എന്ന് പറയാൻ പറ്റില്ല).

ഏകദിനത്തിന്റെ സ്പീഡിനും, ഗ്ലാമറിനും ചേർന്ന ശൈലി, കൗമാരക്കാരന്റെ ഊർജ്ജസ്വലത, ആരെയും കൂസാത്ത മനോഭാവം. ഒന്ന് ശ്രമിച്ചാൽ മികച്ചൊരു ഏകദിനബാറ്റ്സ്മാൻ ആയി മാറാൻ ഉള്ള കഴിവും, മികവും ഉണ്ടായിരുന്ന അഫ്രീഡി വെറും പിഞ്ച് ഹിറ്റർ

ആയി അവസാനിക്കുകയായിരുന്നു. 398 മത്സരങ്ങളിൽ ഒരിക്കൽ പോലും 100 പന്തുകൾ തികച്ച് നേരിടാൻ കഴിയാത്ത വിധത്തിലുള്ള അക്ഷമ, എല്ലാ പന്തിലും പരമാവധി റൺസ് വേണമെന്നുള്ള ത്വര ഇതൊക്കെ ആയിരുന്നു അഫ്രീഡിയുടെ വിജയവും, പരാജയവും. ഇങ്ങനെ ഒക്കെ ആണെങ്കിലും പാകിസ്ഥാന് വേണ്ടി അസാധ്യം എന്ന രീതിയിലുള്ള മത്സരങ്ങൾ വിജയിപ്പിക്കുന്നതിൽ ഈ കരുത്തനായ യുവാവിന് തുല്യനായി ഒരാളും ഉണ്ടായിരുന്നില്ല. ഇന്ത്യക്കെതിരെ വെറും 42 ബോളിൽ നേടിയ സെഞ്ച്വറി, ലങ്കക്കെതിരെ ആദ്യമത്സരത്തിൽ നേടിയ അതിവേഗ സെഞ്ച്വറി, കിവീസിനെതിരെ ഷാർജയിൽ നേടിയ 108 റൺസ് അങ്ങനെ എണ്ണിയെണ്ണി പറയാൻ മാത്രം ഒരുപാട്ട ഇന്നിങ്സുകൾ. ഇതൊന്നും കേവലം മാച്ച് വിന്നിങ് ഇന്നിങ്സുകൾ അല്ല. 45-50 ഓവറിൽ കഴിയേണ്ട കളികൾ വെറും 30-35 ഓവറുകളിൽ തീർക്കുന്ന തരത്തിലുള്ള സ്ഫോടനങ്ങൾ ആണ്. ഇങ്ങനെയൊക്കെ ആണെങ്കിലും തന്റെ ബാറ്റിംഗ് പ്രതിഭയോട് അഫ്രീഡി നീതി കാണിച്ചില്ലെന്നതാണ് ദുഖകരം. 398 മത്സരങ്ങളിൽ നിന്ന് വെറും 23 റൺസ് ആവറേജിൽ 8000 ത്തിൽ പരം റൺസുകൾ എന്നത് ഒരു ബൗളിംഗ് ഓൾ റൗണ്ടറുടെ പ്രകടനം മാത്രമാണ്. പക്ഷേ ആ റൺസുകൾ പാകിസ്ഥാൻ ക്രിക്കറ്റിൽ ചെലുത്തിയ സ്വാധീനത്തിന്റെ കണക്കെടുത്താൽ അഫ്രീഡി ആർക്കും പിന്നിലുമല്ല.

2005-06 സീസണിൽ നിലവിൽ വന്ന കുട്ടിക്രിക്കറ്റ് അഫ്രീഡിയെ പോലൊരു ബാറ്റ്സ്മാന് അമൃതായിരുന്നു. പക്ഷേ ആറാമതും, ഏഴാമതും ഒക്കെ ആയി വരുന്ന ബാറ്റിംഗ് ഓർഡർ മാറ്റങ്ങൾ അഫ്രീദിക്ക് അർഹമായ പല അവസരങ്ങളും നിഷേധിച്ചു എന്ന് വേണം പറയാൻ. കിട്ടിയ ചില അവസരങ്ങളിൽ ആഞ്ഞടിച്ചെങ്കിലും തന്റെ പ്രഭാവത്തിനൊത്ത പ്രകടനങ്ങൾ നടത്താൻ അഫ്രീഡിക്കു കഴിഞ്ഞില്ല. 98 മത്സരങ്ങളിൽ നിന്നും 4 അർദ്ധസെഞ്ച്വറികളുടെ അകമ്പടിയോടെ നേടിയ 1400 ൽ റൺസുകൾക്കും അപ്പുറമാണ് അഫ്രീഡി എന്ന ബാറ്റ്സ്മാൻ.

അഫ്രീഡിയിലെ ബാറ്റ്സ്മാനെ മാത്രം പരാമർശിച്ചു പോകുന്നത് പുള്ളിയോട് ചെയ്യുന്ന നീതികേടാണ്. വാഖർ യൂനസും, അക്രവും, ഉമർ ഗുല്ലും, മഹമൂദും, അബ്ദുൽ റസാക്കും ഒക്കെ നീണാൾ വാണ പാകിസ്ഥാൻ നിരയിൽ അഫ്രീഡി എന്നും അഞ്ചാമനായി നിന്നു. ഇതിൽ തന്നെ എക്കാലത്തെയും മികച്ച പേസ് ദ്വയമായ അക്രം, വാഖർ കഴിഞ്ഞാൽ പാകിസ്ഥാന് വേണ്ടി അധികം ഏകദിന

വിക്കറ്റുകൾ വീഴ്ത്തുന്നതും ഈ ആറടിക്കാരൻ പത്താൻ തന്നെ. ബാറ്റ് കൊണ്ട് ജയിപ്പിച്ച അത്ര തന്നെ ഏകദിനത്തിലും, T 20 യിലും ബോൾ കൊണ്ട് ജയിപ്പിച്ചിട്ടുണ്ട് പാകിസ്ഥാൻകാരുടെ പ്രിയപ്പെട്ട ലാലാ. T 20 യിൽ കൂടുതൽ വിക്കറ്റുകളും, കൂടുതൽ മാൻ ഓഫ് ദി മാച്ച് അവാർഡുകളും അഫ്രീദിക്ക തന്നെ. ഈയിടെ പരീക്ഷിച്ച T10 ക്രിക്കറ്റ് ഫോർമാറ്റിലും ഹാട്രിക്കോടെ വരവറിയിച്ചിരുന്നു.

2017 ഫെബ്രുവരിയിൽ ലോകക്രിക്കറ്റിൽ നിന്ന് വിരമിച്ച ശേഷം ചാരിറ്റി പ്രവർത്തനങ്ങളിൽ വ്യാപൃതൻ ആയിരിക്കുകയാണ് അഫ്രീഡി. 2014 മാർച്ചിൽ സ്ഥാപിച്ച “shahid afridi foundation “ആരോഗ്യ പരിപാടികൾക്കും, വിദ്യാഭാസത്തിനും ഊന്നൽ നൽകി വരുന്നു.

സനത് ജയസൂര്യ

1990കളുടെ പകുതി വരെ ശ്രീലങ്കയെ ഏകദിനക്രിക്കറ്റിലെ ദുർബലർ ആയിട്ടാണ് കണക്കാക്കിയിരുന്നത്. ആർക്കും തോല്പിക്കാവുന്ന, സിംബാംബ്‌വെ കഴിഞ്ഞാൽ ഏറ്റവും ദുർബലർ. മുത്തയ്യ മുരളീധരൻ, അരവിന്ദ ഡിസിൽവ എന്നീ പേരുകൾക്കപ്പുറം ആരെങ്കിലും ഓർക്കുന്ന ഒരു കളിക്കാരൻ കൂടി ഇല്ലാത്ത ടീം. പക്ഷേ അവരുടെ ക്യാപ്റ്റൻ രണതുംഗ സൂക്ഷ്മബുദ്ധി ആയിരുന്നു. സൂത്രശാലിയും. 1992 ലോകകപ്പിൽ ന്യൂസിലാൻഡ് പരീക്ഷിച്ചു വിജയിച്ച ഒരു തന്ത്രം സാഹസികമായി തന്നെ പരീക്ഷിക്കാൻ തീരുമാനിക്കുകയായിരുന്നു അദ്ദേഹം. അതിനായി അന്നുവരെ മധ്യനിരയിൽ അത്യാവശ്യം ബാറ്റ് ചെയ്തിരുന്ന ഒരു ഇടങ്കയ്യനെ അദ്ദേഹം ഓപ്പണറാക്കി പരീക്ഷിച്ചു. മറ്റേ അറ്റത്തു എന്തായാലും അട്ടപ്പട്ടു നല്ല ഫോമിലാണ്. ആണെങ്കിൽ അത്യാവശ്യം നല്ലൊരു ഹിറ്ററുമാണ്. പോയാൽ പോയി. കിട്ടിയാൽ സ്കോർ ബോർഡിൽ വേഗത്തിൽ കുറച്ചു റൺസ് വരികയും ചെയ്യും എന്നതായിരുന്നു തന്ത്രം. ഗ്രേറ്റ്ബാച്ച് എന്നൊരു മധ്യനിരക്കാരനെ വച്ച് കിവീസും, സച്ചിൻ എന്നൊരു പയ്യനെ വച്ച് ഇന്ത്യയും രണതുംഗക്കു മുമ്പേ ആ തന്ത്രം ഫലപ്രദമായി പരീക്ഷിച്ചു കഴിഞ്ഞിരുന്നു. 94 ന്റെ തുടക്കത്തിൽ ആയിരുന്നു അത്. ഈ 3 പരീക്ഷണങ്ങളും അതാത് ടീമുകളുടെ പിന്നീടുള്ള ഗതി നിർണയിച്ചു എന്ന് പറഞ്ഞാൽ മതിയല്ലോ???

1996 ലോകകപ്പിൽ രണതുംഗ ഒരു പടി കൂടി ചിന്തിച്ചു. എന്തിനാണ് ഒരു സൈഡിൽ മാത്രം ഹിറ്റർ ? 2 സൈഡിലും ഹിറ്റർമാർ ആയിക്കൂടെ? ഏകദിനക്രിക്കറ്റിന്റെ ഭാവി മാറ്റിയ തീരുമാനം ആയിരുന്നു അത്. ജയസൂര്യ എന്ന അധികമാരും അറിയപ്പെടാത്ത

ക്രിക്കറ്ററുടെയും. അതുവരെ ഓഫ്സ്പിന്നർ എന്ന നിലയിൽ, അഞ്ചാം ബൗളറുടെ റോളിൽ ടീമിൽ ഉണ്ടായിരുന്ന ആ പിഞ്ച് ഹിറ്റർ പിന്നീട് ഏകദിനക്രിക്കറ്റിന്റെ പര്യായമാവുകയായിരുന്നു. ഏകദിനക്രിക്കറ്റ് കണ്ട ഏറ്റവും വിനാശകാരിയായ ഒരു ബാറ്റ്സ്മാന്റെ അരങ്ങേറ്റത്തിന് ലോകകപ്പ് പോലൊരു വലിയ വേദി തന്നെ അരങ്ങായി. പിന്നീട് നടന്ന ടൂർണമെന്റുകളിലും ജയസൂര്യയുടെ ബാറ്റ് ഗർജ്ജിച്ചു. സിക്സ്കൾക്കും, ഫോറുകൾക്കും ക്രിക്കറ്റിൽ ഉണ്ടായിരുന്ന വില, ബാറ്റിൽ സ്പ്രിങ്ങുമായി വന്ന (അങ്ങനൊരു മിത്ത് അക്കാലത്തു വ്യാപകമായിരുന്നു) "മറ്റാര ഹരികെയ്ൻ " എന്ന വിളിപ്പേരുകാരൻ ഇല്ലാതാക്കി. ഗ്രൗണ്ടിന്റെ നാനാഭാഗത്തേക്കും, പിന്നീട് ഗ്രൗണ്ടിന് പുറത്തേക്കും പന്ത് സംഹാരശക്തിയോടെ മൂളിപ്പറന്നു. അഞ്ചാം ഓവറിൽ 50 ഉം, 12 ഓവർ ആകുമ്പോളേക്കും ടീം ടോട്ടൽ 100 കടക്കുന്നതും ഒക്കെ നിത്യസംഭവങ്ങൾ ആയി. ലോകോത്തര ബൗളർമാരൊക്കെ നിർദ്ദയം പ്രഹരമേറ്റു വാങ്ങി. ക്രിക്കറ്റിന്റെ സമവാക്യങ്ങളും, കൊത്തുപണികളും, അലങ്കാര വിശേഷണങ്ങളും നിർദ്ദയം തച്ചുടക്കപ്പെട്ടു. റൺസ് മാത്രമാണ് ആത്യന്തികമായി പ്രധാനം എന്ന സ്ഥിതി ക്രിക്കറ്റിൽ വ്യാപകമായി. ലങ്കൻ ക്രിക്കറ്റ് കരുത്തുറ്റ ആ ഇടങ്കയ്യിന്റെ കരുത്തോടെ ലോകോത്തര ശക്തിയായി വളർന്നു.

ഏകദിനത്തിലാണ് ജയസൂര്യ തന്റെ ശക്തി വിളിച്ചറിയിച്ചതെന്ന് പ്രത്യേകം പറയേണ്ടല്ലോ? 1996 ലോകക്കപ്പ് വരെ ബൗളിംഗ് ആൾറൗണ്ടർ ആയിരുന്ന ജയസൂര്യ അതിനുശേഷം ഏതാണ്ട് 15 കൊല്ലത്തോളം ലങ്കൻ ക്രിക്കറ്റിനെ തന്റെ ചുമലിൽ താങ്ങി നടന്നു. അതിനിടയിൽ സെഞ്ച്വറികൾ മഴ പോലെ പെയ്തു. ഇന്ത്യക്കെതിരെ നേടിയ 189, പാകിസ്താനെതിരെ മിന്നല്പിണറിന്റെ വേഗതയിൽ നേടിയ റെക്കോർഡ് സെഞ്ച്വറി. ടീമെന്നോ, ബൗളർ എന്നോ, ഗ്രൗണ്ട് എന്നോ വ്യത്യാസമില്ലാതെ സെഞ്ച്വറികൾ പെയ്തിറങ്ങി. ഏകദിനക്രിക്കറ്റിൽ ശാന്തവും, അതെ സമയം ഗംഭീരവും ആയി ഒഴുകുന്ന ഗംഗാനദി ആയിരുന്നു സച്ചിൻ എങ്കിൽ, അലറി പാഞ്ഞു വന്ന്, ഹുങ്കാരത്തോടെ ആഞ്ഞുപതിക്കുന്ന നയാഗ്ര വെള്ളച്ചാട്ടം ആയിരുന്നു ജയസൂര്യ. ഒരു കാലത്തു ഏറ്റവും വേഗമേറിയ ഫിഫ്റ്റിയും, സെഞ്ച്വറിയും, 150 ഉം ഒക്കെ ഈ മൊട്ടത്തലയന്റെ പേരിൽ ആയിരുന്നു. 445 മത്സരങ്ങൾ!!13000 ലേറെ റൺസ്!! 90 ന മുകളിൽ നിൽക്കുന്ന പ്രഹരശേഷി. ഇതിഹാസം തന്നെ!!!

ജയസൂര്യയെ വെറും തട്ടുപൊളിപ്പൻ ബാറ്റ്സ്മാൻ ആയിക്കാണുന്നതു അദ്ദേഹത്തോട് ചെയ്യുന്ന അനീതിയാണ്. ലോകം കണ്ട

മികച്ചൊരു ആൾറൗണ്ടർ കൂടിയായിരുന്നു അദ്ദേഹം. ഏകദിനത്തിൽ ഒരു പാർട്ടൈം ബൗളറുടെ റോൾ അങ്ങേയറ്റം ഭംഗിയായി കൈകാര്യം ചെയ്ത ജയസൂര്യ 300 ൽ അധികം വിക്കറ്റുകളുടെയും ഉടമയാണ്. ബാറ്റിംഗ് വിസ്ഫോടനത്തിന്റെ കരുത്തിൽ തന്നിലെ ബൗളറെ ബലി കൊടുക്കുകയായിരുന്നു ജയസൂര്യ. 4 തവണ 5 വിക്കറ്റ് നേട്ടം ആഘോഷിച്ച ജയസൂര്യ സാക്ഷാൽ മുരളീധരന് ശേഷം കൂടുതൽ തവണ ആ നേട്ടം കൈവരിച്ച ലങ്കക്കാരൻ കൂടിയാണ്. (ചാമിന്ദ വാസും ഒപ്പമുണ്ട്)

ടെസ്റ്റ് മത്സരങ്ങൾ കളിക്കാൻ വേണ്ട സാങ്കേതികതയും, ക്ഷമയും, കഴിവും, പ്രതിഭയും കൂടി ഉണ്ടായിരുന്നു എന്ന് അറിയുമ്പോളേ അദ്ദേഹത്തിന്റെ യഥാർത്ഥ കഴിവ് പ്രകടമാകുന്നുള്ളൂ. ബൗളർമാരെ നിർദ്ദയം പ്രഹരിക്കുന്ന ജയസൂര്യ അതേ ലാഘവത്തോടെ വേണ്ടി വന്നാൽ ഒരു ദിവസം മുഴുവൻ ക്ഷമയോടെ ക്രീസിൽ പിടിച്ചു നിൽക്കുമായിരുന്നു. 1997 ൽ മഹാനാമയുമായി ചേർന്ന് ഇന്ത്യക്കെതിരെ ഉണ്ടാക്കിയ 576 റൺസിന്റെ കൂട്ടുകെട്ട് ഒരു ദശാബ്ദക്കാലത്തോളം ടെസ്റ്റ് ക്രിക്കറ്റിലെ റെക്കോർഡ് ആയിരുന്നു. ഇംഗ്ലണ്ടിനെതിരെ 1998 ൽ നേടിയ 213 റൺസും, 1996 ൽ ഓസീസിനെതിരെ അഡലെയ്ഡിൽ നേടിയ 112 റൺസുമാണ് മികച്ച മറ്റ് ഇന്നിങ്സുകൾ.

300, 350, 400 എന്നീ സ്കോറുകളിലേക്ക് പടി, പടിയായി ഉയർന്ന ഏകദിന ക്രിക്കറ്റിന്റെ തലതൊട്ടപ്പൻ (godfather)ആയിരുന്നു ജയസൂര്യ എന്ന് പറഞ്ഞാൽ അധികമാവില്ല. 2007 ൽ ടെസ്റ്റ് ക്രിക്കറ്റിൽ നിന്ന് വിരമിച്ച ജയസൂര്യ 2011 വരെ ഏകദിനവും, T 20 യും കളിച്ചു. I P L ൽ ആദ്യ സീസണുകളിൽ മുംബൈ ഇന്ത്യൻസിനു വേണ്ടി സാക്ഷാൽ സച്ചിനൊപ്പം ഇന്നിംഗ്സ് ഓപ്പൺ ചെയ്തിരുന്നു ജയസൂര്യ. 2011 ൽ എല്ലാ ക്രിക്കറ്റ് കളികളും അവസാനിപ്പിച്ച ജയസൂര്യ പിന്നീട് ലങ്കൻ രാഷ്ട്രീയത്തിൽ ചുവടു വെച്ചു. 2014 ൽ ദേശീയ ടീമിന്റെ സെലക്ടർ ആയി തിരിച്ചെത്തിയ അദ്ദേഹം, പിന്നീട് ലങ്കയുടെ ഡെപ്യൂട്ടി മിനിസ്റ്റർ പദവിയിൽ വരെ എത്തി. ശ്രീലങ്കൻ സർക്കാരിന്റെ മൂന്നാമത് പരമോന്നത സിവിലിയൻ ബഹുമതിയായ" ദേശബന്ധു" പദവി (നമ്മുടെ പദ്മവിഭൂഷൺ പോലെ) നേടിയ (1996 ൽ ലോകകപ്പെടുത്ത ടീമിൽ ഉണ്ടായിരുന്ന എല്ലാവർക്കും ഈ പദവി കിട്ടിയിട്ടുണ്ട്) ജയസൂര്യ ഇപ്പോൾ കാൽമുട്ടിൽ ഗുരുതര പരിക്കേറ്റ് ചികിത്സയിൽ ആണ്. ക്രച്ചസിന്റെ സഹായമില്ലാതെ നടക്കാനാകാത്ത വിധം അവശമാണ് ഒരു കാലത്തു ക്രീസിൽ തകർത്താടിയിരുന്ന ആ കാലുകൾ എന്നും കേൾക്കുന്നുണ്ട്.

സയീദ് അൻവർ

ആധുനിക ക്രിക്കറ്റ് കണ്ട ഏറ്റവും മികച്ച ബാറ്റ്സ്മാന്മാരിൽ ഒരാളായാണ് അൻവർ വിലയിരുത്തപ്പെടുന്നത്. പാകിസ്ഥാൻ ലെജൻഡറി ബാറ്റ്സ്മാന്മാരായ ഇൻസമാമിനും, മിയാൻദാദിനും മുകളിൽ അൻവറിനെ പ്രതിഷ്ഠിക്കുന്നവരുണ്ട്. 90 കളിൽ ബാറ്റിങ്ങിന്റെ താളവും, അനായാസതയും ഇത്രമേൽ അനുഭവപ്പെടുത്തുന്ന വേറൊരാൾ ഉണ്ടോയെന്നത് സംശയമാണ്. ആക്രമണവും, പ്രതിരോധവും ഒരു പോലെ വഴങ്ങുന്ന ബാറ്റിംഗ് ശൈലി ആയിരുന്നു അൻവറിന്റേത്. ടെസ്റ്റിലും, ഏകദിനത്തിലും പാകിസ്ഥാന് വേണ്ടി ഓപ്പൺ ചെയ്ത അൻവർ അനായാസം റൺസ് അടിച്ചു കൂട്ടി.

ആദ്യ ടെസ്റ്റിലെ 2 ഇന്നിങ്സിലും സംപൂജ്യനായിട്ടായിരുന്നു തുടക്കം. പക്ഷേ 3 ആം ടെസ്റ്റിൽ ന്യൂസിലന്ഡിനെതിരെ നേടിയ മനോഹരമായ സെഞ്ചുറിയോടെ അൻവർ തന്റെ വരവറിയിച്ചു. കേവലം 55 ടെസ്റ്റുകൾ മാത്രം നീണ്ട കരിയർ അവസാനിക്കുമ്പോളേക്കും പാകിസ്ഥാന്റെ റൺ വേട്ടക്കാരിൽ ഏഴാമനായി മാറി അൻവർ. 11 സെഞ്ചുറികൾ അടിച്ച അൻവർ, വിദേശ ഗ്രൗണ്ടുകളിലും വിജയമായിരുന്നു. പ്രത്യേകിച്ച് ഓസ്സീസിനെതിരെ. കരിയർ ശരാശരി 45 ആണെങ്കിൽ ഓസ്സീസിനെതിരെ അത് 59 ആണ്. സ്പിന്നിനെതിരെ മികച്ച രീതിയിൽ ബാറ്റ് ചെയ്തിരുന്ന അൻവറിന്റേത് അസാധാരണമായ ക്ലാസിക് ശൈലി ആയിരുന്നു. 15 കൊല്ലത്തോളം നീണ്ട ക്രിക്കറ്റ് കരിയറിൽ കേവലം 55 ടെസ്റ്റ് മാത്രമേ കളിച്ചുള്ളൂ എന്നത് അത്ഭുതാവഹമാണ്.

ഏകദിനത്തിൽ കുറേക്കൂടി മിന്നുന്ന കരിയറിന് അൻവറിന്റേത്. 1997 ൽ ഇന്ത്യക്കെതിരെ നേടിയ സെഞ്ച്വറി ആണല്ലോ

പുള്ളിയെക്കുറിച്ച് പറയുമ്പോ ആദ്യം ഓർമ്മ വരിക. 22 ഫോറുകളും, 5 സിക്സറുകളും. ദുർബലമായ ഇന്ത്യൻ നിരയെ അക്ഷരാർത്ഥത്തിൽ കശാപ്പ് ചെയ്യുകയായിരുന്നു അൻവർ. കിവീസിനെതിരെ മാഞ്ചസ്റ്ററിൽ നേടിയ 113* റൺസിന്റെ ഇന്നിംഗ്സും ഓർമയിൽ നിക്കുന്നതാണ്. ഇന്ത്യ, ശ്രീലങ്ക ടീമുകൾക്കെതിരെ തുടർച്ചയായി സെഞ്ച്വറികൾ അടിച്ചു കൂട്ടിയിരുന്നു അൻവർ.

ഫീൽഡിങ്ങിൽ, ഏതൊരു പാകിസ്ഥാൻ താരത്തെയും പോലെ, വലുതായൊന്നും ശോഭിക്കാൻ അൻവറിനു കഴിഞ്ഞിട്ടില്ല. 300 ഓളം രാജ്യാന്തര മത്സരങ്ങൾ കളിച്ചിട്ടും, കേവലം 60 കാച്ചുകളാണ് അൻവറിന്റെ പേരിലുള്ളത്. വിട്ടു കളഞ്ഞ കാച്ചുകൾ ഒരു പക്ഷേ ഇതിന്റെ ഇരട്ടി കാണുമായിരിക്കും. 2003 ൽ ക്രിക്കറ്റിനോട് വിട പറഞ്ഞ അൻവർ പിന്നീട് ക്രിക്കറ്റ് രംഗത്തു അധികം പ്രത്യക്ഷപ്പെട്ട് കണ്ടിട്ടില്ല.

സർ കർട്‌ലി ആംബ്രോസ്

വെസ്റ്റ് ഇൻഡീസിലെ കോളനികളിൽ ഫാസ്റ്റ് ബൗളേഴ്സിനും, കാലിപ്സോ സംഗീതത്തിനും പഞ്ഞം ഉണ്ടായിട്ടില്ല. മാൽക്കം മർഷലും, മൈക്കൽ ഹോൾഡിങ്ങും, ജോയൽ ഗാർനറും, ആൻഡി റോബെർട്സും ഒക്കെ ബാറ്റ്സ്മാൻമാരുടെ വിക്കറ്റ് അല്ല, തലയെടുക്കാൻ പോന്നവരായായിരുന്നു. ആ നിരയിലേക്ക് 80കളുടെ അവസാനത്തോടെ ഒരു അതികായൻ കടന്നു വരുന്നു. 6 അടി 7 ഇഞ്ച് ഉയരമുള്ള, ഏതാണ്ട് പത്തടി മുകളിൽ നിന്ന് പന്ത് റിലീസ് ചെയ്യുന്ന ആജാനുബാഹു. പിന്നീട് 10 കൊല്ലത്തോളം വെസ്റ്റ് ഇന്ത്യൻ ബൗളിംഗ് നിരയുടെ നായകത്വം ആ തോളുകളിൽ ഭദ്രമായിരുന്നു. ബൗൺസറുകളുടെ മൂർച്ച, ലൈനിലും, ലെങ്ങ്തിലും, പുലർത്തുന്ന കൃത്യത എന്ന് വേണ്ട ഒരു ഫാസ്റ്റ് ബൗളർക്കു വേണ്ട ഗുണങ്ങളൊക്കെ വേണ്ടതിലും അധികം അംബ്രോസിൽ നിക്ഷിപ്തമായിരുന്നു.

സച്ചിൻ, ജയസൂര്യ, മാർക്ക് വോ, നാഥാൻ അസ്റ്റിൽ, സയീദ് അൻവർ തുടങ്ങീ ഓപ്പണിങ് ബാറ്റിങ്ങിലെ എക്കാലത്തെയും ലെജന്റ്ഡ്സ് അവരുടെ ഫുൾ ഫോമിൽ കളിക്കുന്ന കാലത്തും, സംസാരത്തിൽ എന്നത് പോലെ, റൺസ് വിട്ടു കൊടുക്കുന്നതിലും പിശുക്കനായ അംബ്രോസിന്റെ റൺ ശരാശരി കേവലം 3. 49 !!! 10 ഓവറിൽ 50 റൺസിനു മുകളിൽ വിട്ടു കൊടുത്ത മത്സരങ്ങൾ വിരളം. 20 ഇൽ താഴെ!!കളിച്ച മൽസരങ്ങളുടെ എണ്ണം നോക്കുമ്പോ കൂടുതൽ മെയ്ഡൻ ഓവറുകളും ഈ ബൗളിംഗ് മെഷീന്റെ പേരിൽ തന്നെ. തന്റെ ബൗളിംഗ് പാർട്ണർ ആയ കോട്നി വാൽഷുമായി ചേർന്ന്, അംബ്രോസ് നടത്തിയ ബൗളിംഗ് യുദ്ധങ്ങൾ വിൻഡീസിന്റെ 90

കളിലെ നിർണായക വിജയഘടകങ്ങൾ ആയിരുന്നു.

ഓസ്ട്രേലിയ, ഇംഗ്ലണ്ട്, ന്യൂസിലാൻഡ്, സൗത്ത് ആഫ്രിക്ക പിച്ചുകളിലൊക്കെ യമന് സമം ആയിരുന്ന ആംബ്രോസ്. കേവലം ഒരു റൺസ് വിട്ടു കൊടുക്കുന്നതിനിടെ ബോർഡറും, വോ സഹോദരന്മാരും, ബൂണും, ലാങ്ങറും ഉൾപ്പെട്ട ഓസ്ട്രേലിയൻ നിരയെ കൂടാരം കേറ്റി കളഞ്ഞു ആംബ്രോസ്. 96 ലോകകപ്പിൽ ജയസൂര്യ-കലുവിതരണ 15 ഓവറിൽ 100 എന്ന നിലയിലേക്ക് ഏകദിന ക്രിക്കറ്റിനെ ഉയർത്തിയപ്പോളും ആംബ്രോസ്-വാൽഷ് സഖ്യം വിട്ടു കൊടുത്തിരുന്നത് ശരാശരി 45 റൺസ് ആയിരുന്നു. കുറച്ചു കൂടി ബെറ്റർ ആയ ഒരു ഫീൽഡിങ് യുണിറ്റിന്റെ സപ്പോർട്ട് കൂടി ഉണ്ടായിരുന്നെങ്കിൽ അംബ്രോസിന്റെ കരിയർ ഇതിലും മെച്ചപ്പെട്ടതായിരിക്കും എന്നു തോന്നാറുണ്ട്.

തുടക്കം മുതൽ, അവസാന കാലം വരെ ഏതാണ്ട് ഒരേ ഫോമിൽ പന്തെറിയാനും, വിക്കറ്റുകൾ വീഴ്ത്താനും ആംബ്രോസ് എന്ന എക്കാലത്തെയും മികച്ച പേസർക്ക് ഈസി ആയി കഴിഞ്ഞിരുന്നു. ബാറ്റിങ്ങിൽ വലിയ സംഭാവനകൾ ഒന്നും ഈ ആജാനബാഹുവിൽ നിന്ന് ഉണ്ടായിട്ടില്ലെങ്കിലും, ഒരിക്കൽ ഇന്ത്യക്കെതിരെ തകർന്നു പോയ വിൻഡീസിനെ വാലറ്റക്കാരെ കൂട്ടു പിടിച്ച് ജയത്തോളം എത്തിച്ചിട്ടുണ്ട് അംബ്രോസ്. അന്ന് സാക്ഷാൽ കപിൽ ദേവിനെ സിക്സ് അടിച്ച് ആ കളി സമനിലയിൽ എത്തിച്ചതാണ് അംബ്രോസിന്റെ മികച്ച ബാറ്റിംഗ് പ്രകടനം.

അടിമുടി മാന്യനും, സംസാരത്തിൽ പിശുക്കനും ആയ അംബ്രോസ് പക്ഷേ, ഗ്രൗണ്ടിൽ തികഞ്ഞ പോരാളി ആയിരുന്നു. തന്നെ പ്രകോപിപ്പിക്കുകയോ, പരുഷമായി രീതിയിൽ പെരുമാറുകയോ ചെയ്യുന്നവരെ തന്റെ തീ തുപ്പുന്ന ബോളുകൾ കൊണ്ട് നട്ടം തിരിപ്പിക്കുമായിരുന്നു അംബ്രോസ്. ഓസ്ട്രേലിയക്കാരായ ബോർഡറും, സ്റ്റീവ് വോയുമെല്ലാം ആ പന്തുകളുടെ ചൂടറിഞ്ഞവരാണ്. ആധുനിക ക്രിക്കറ്റ് കണ്ടവരിൽ മികച്ച പേസ് ബൗളർ ആയി വിലയിരുത്തപ്പെടുന്ന അംബ്രോസ് വിരമിച്ചതിനു ശേഷം, മ്യൂസിക് ബാൻഡുകളിൽ ഗിറ്റാറിസ്റ്റ് ആയി ജോലി നോക്കി വരുന്നു എന്നാണ് അറിയാൻ കഴിഞ്ഞത്. ആന്റിഗ്വാ ഗവണ്മെന്റ് “സർ”സ്ഥാനം നൽകി ആദരിച്ച ആ മഹാ പ്രതിഭ വിൻഡീസ് ക്രിക്കറ്റിലെ അത്ഭുതമായി നിലകൊള്ളുന്നു.

സാഖ് ലൈൻ മുഷ്താഖ്

വോൺ, മുരളി, കുംബ്ലെ. ക്രിക്കറ്റിൽ സ്പിന്നർമാരുടെ പേരുകൾ പറയുമ്പോൾ ഈ സ്പിൻ ത്രയത്തിനപ്പുറം ആരും പറയാറില്ല. വിക്കറ്റ് വേട്ടയിൽ ഇവരെ വെല്ലാൻ ആരുമില്ല. ഇവരുടെ പേരിലുള്ള ബൗളിംഗ് റെക്കോർഡുകൾക്കും കണക്കില്ല. ഇവർ 3 പേരും 38 വയസ്സ് വരെ ക്രിക്കറ്റ് കളിച്ചവരാണ്. ഇവരുടെ ഒപ്പമോ, ചില ഘട്ടങ്ങളിൽ ഇവർക്ക് മുകളിലോ പ്രതിഭയും, പ്രകടനവും ഉള്ള ഒരു സ്പിന്നർ ഇവരുടെ സമകാലികൻ ആയി ഇവിടെ ഉണ്ടായിരുന്നു. പുള്ളിക്ക് ഇപ്പോളും 40 വയസ്സേ ഉള്ളൂ. രണ്ടോ, മൂന്നോ കൊല്ലം മുൻപ് മാത്രം വിരമിക്കേണ്ട പ്രായം. വേറാരുമല്ല. അക്രവും, അക്തറും, വഖറും ഒക്കെ നയിച്ച പാക് ബൗളിംഗ് പടയിലെ സ്പിന്നർ. സാക്ഷാൽ സഖ്‌ലൈൻ മുഷ്താഖ്. ലോകോത്തര ഓഫ് സ്പിന്നർ എന്ന് ക്രിക്കറ്റ് ലോകം വാഴ്ത്തിയവൻ. ഒരേ ആക്ഷനിൽ ലെഗ് സ്പിന്നും, ഓഫ് സ്പിന്നും എറിയുന്ന ബൗളർ. മറ്റു സ്പിന്നർമാർ പിന്നീട് വജ്രായുധമാക്കിയ "ദൂസ്ര " യുടെ സൃഷ്ടാവ്. 18 ആം വയസ്സിൽ ക്രിക്കറ്റിലെത്തിയ മുഷ്താഖ് പക്ഷേ 27 വയസ്സ് വരെയേ കളിച്ചുള്ളൂ. എങ്ങനെയാണു അയാൾ ടീമിന് പുറത്തായതെന്നു ഇപ്പോളും അവ്യക്തം. ഓഫ് സ്പിന്നർമാരിൽ മുഷ്താഖിനെ വെല്ലുന്ന ഒരാൾ പിന്നീട് ഉണ്ടായിട്ടില്ല. സാക്ഷാൽ മുരളീധരൻ പോലും പുള്ളിയുടെ മുന്നിൽ ഒന്നുമല്ല.

ലങ്കക്കെതിരെ 1995 ൽ അരങ്ങേറിയ മുഷ്താഖ് ആദ്യ ടെസ്റ്റിൽ തന്നെ 4 വിക്കറ്റെടുത്താണ് തുടങ്ങിയത്. അത് വരെ കണ്ട സ്ഥിരം സ്പിന്നർ ആയിരുന്നില്ല സഖ്‌ലൈൻ. ഒരേ ആക്ഷനിൽ പല തരം ബോളുകൾ എറിയാൻ കഴിയുന്ന ആ ബൗളർക്കു മുന്നിൽ ലോകോത്തര

ബാറ്റ്സ്മാന്മാർ വിയർക്കുന്ന കാഴ്ച പിന്നീടുള്ള നാളുകളിൽ ക്രിക്കറ്റ് ലോകം കണ്ടു. സ്പിന്നിനെ മികച്ച രീതിയിൽ കളിക്കുന്ന ഏഷ്യൻ ബാറ്റ്സ്മാന്മാർ പോലും സഖ്‌ലൈന്റെ മുന്നിൽ ആദ്യ കാലങ്ങളിൽ വിയർത്തു. "ദൂസ്ര "എന്ന വജ്രായുധം കൊണ്ട് ഇംഗ്ലണ്ട്, സൗത്താഫ്രിക്ക, വിൻഡീസ്, കിവീസ്, ഓസ്സീസ് ബാറ്റ്സ്മാൻമാരെ വെള്ളം കുടിപ്പിച്ചു. 49 ടെസ്റ്റുകൾ!! 208 വിക്കറ്റുകൾ !!!സ്പിൻ ത്രയങ്ങളുടെ അത്ര ടെസ്റ്റുകൾ കളിച്ചിരുന്നെങ്കിൽ ഒരു പക്ഷേ വിക്കറ്റുകളുടെ റെക്കോർഡുകളിൽ ഒരു പക്ഷേ ഈ പാകിസ്ഥാനി മുന്നിൽ നിന്നേനെ. ഇംഗ്ലണ്ടിനെതിരെ ലാഹോറിൽ ഒരു ഇന്നിങ്സിൽ 8 വിക്കറ്റ് വീഴ്ത്തിയതാണ് ഓർത്തിരിക്കുന്ന പ്രകടനം. ഇന്ത്യക്കെതിരെ ഓർക്കാൻ ആഗ്രഹിക്കാത്ത ഒരുപാടു പ്രകടനങ്ങൾ. ടെസ്റ്റിൽ കിവീസിനെതിരെ ഒരു സെഞ്ച്വറിയും നേടിയിട്ടുണ്ട് ഈ വലംകയ്യൻ.

ടെസ്റ്റിനേക്കാൾ അപകടകാരി ആയിരുന്നു പുള്ളി ഏകദിനത്തിൽ. ഏറ്റവും വേഗത്തിൽ 100 വിക്കറ്റിൽ എത്തിയ ബൗളറും, ഏറ്റവും കുറഞ്ഞ പ്രായത്തിൽ 100, 200 വിക്കറ്റുകളിൽ എത്തിയ ബൗളറും സഖ്‌ലൈൻ തന്നെ. സ്പിന്നിനെ നന്നായി കളിക്കുന്ന ഇന്ത്യക്കെതിരെ എന്നും മികച്ച രീതിയിൽ പന്തെറിഞ്ഞിരുന്നു സഖ്‌ലൈൻ. ഇംഗ്ലണ്ട്, ഓസ്സീസ് ടീമുകളെയും പുള്ളി തന്റെ കൈവിരലുകൾ കൊണ്ട് വട്ടം കറക്കി. ഇങ്ങനെ ഒക്കെ ആണെങ്കിലും പുള്ളിയെ ഇന്ത്യക്കാർ ഓർമ്മിക്കുന്നത് ഇൻഡിപെൻഡൻസ് കപ്പ് ഫൈനലിൽ, കനിട്കർ അടിച്ച വിന്നിങ് ഫോർ ന്റെ പേരിലായിരിക്കും. 169 ഏകദിനങ്ങളിൽ നിന്നായി 290 നട്ടുത്തു വിക്കറ്റുകൾ അതും 21. 78 ആവറേജിൽ. 27 ആം വയസ്സിൽ കളി നിർത്തിയ സഖ്‌ലൈൻ എനിക്കിന്നും അത്ഭുതമാണ്.

സ്റ്റീഫൻ ഫ്ലെമിംഗ

ന്യൂസിലാൻഡ് എക്കാലത്തും ക്രിക്കറ്റിലെ കറുത്ത കുതിരകൾ ആയിരുന്നു. ഒരു പറ്റം മികച്ച കളിക്കാർ എന്നും അവർക്കുണ്ടായിരുന്നു. ആൾറൗണ്ട് മികവാണ് അവരുടെ പ്രത്യേകത. റിച്ചാർഡ് ഹാഡ്‌ലിയും, ജോൺ റൈറ്റും, ഗ്രേറ്റ് ബാച്ചും അരങ്ങുവാണ നിരയിലേക്കാണ് 94ൽ സ്റ്റീഫൻ ഫ്ലെമിംഗ് വരുന്നത്. ഇടങ്കയ്യന്റെ അനായാസതയും, സുന്ദരമായ സ്ട്രോക്ക് പ്ലേയുമായി വന്ന ഫ്ലെമിംഗ് അരങ്ങേറ്റ മത്സരത്തിൽ തന്നെ 90 റൺസ് നേടി. കേപ്പ് ടൗണിൽ സൗത്ത് ആഫ്രിക്കക്കെതിരെ നേടിയ ഡബിൾ സെഞ്ച്വറി ക്രിക്കറ്റിലെ സുന്ദര കാഴ്ചകളിൽ ഒന്നാണ്.

നാഥാൻ ആസിലുമായി ചേർന്ന് ഓപ്പണിങ് സ്ഥാനത്ത് എത്തിയ ഫ്ലെമിംഗ്, കിവീസ് കണ്ട മികച്ച ഓപ്പണർമാരിൽ ഒരാളായി മാറി. അധികം താമസിയാതെ ടീമിന്റെ നായകനായി മാറിയ ഫ്ലെമിംഗ് ന്യൂസിലാൻഡ് ടീമിനെ ജയിക്കാൻ പഠിപ്പിച്ചു. ക്രിക്കറ്റിന്റെ സാങ്കേതിക വശങ്ങളിൽ അസാമാന്യ അറിവുണ്ടായിരുന്ന ഫ്ലെമിംഗ് വളരെ വേഗം തന്നെ മികച്ച ക്യാപ്റ്റൻ എന്ന ഖ്യാതി നേടിയെടുത്തു. ന്യൂസിലാൻഡിനെ ഏറ്റവും കൂടുതൽ മത്സരങ്ങളിൽ നയിച്ച ക്യാപ്റ്റനും, ഏറ്റവും കൂടുതൽ വിജയങ്ങൾ നേടിയ ക്യാപ്റ്റനും ഈ ഇടംകയ്യൻ തന്നെ. ടെസ്റ്റിലും, ഏകദിനത്തിലും ഒരു പോലെ മികവ് കാട്ടിയ ഫ്ലെമിങ്ങിന്റെ കീഴിൽ ന്യൂസിലാൻഡ് ഐ സി സി ട്രോഫിയോളം വളർന്നു.

സുന്ദരമായ പാദ ചലനങ്ങളും, അനായാസമായ ശൈലിയും, ഇടങ്കയ്യിന്റെ വശ്യസുന്ദരമായ ബാറ്റിംഗ് മികവും ഫ്ലെമിങ്ങിനെ കാണികളുടെ മനസ്സിൽ കുടിയിരുത്തി. ഫീൽഡിൽ ചോരാത്ത

കൈകളുടെ ഉടമ കൂടി ആയിരുന്ന ഫ്ലെമിംഗ് നൂറിലേറെ ക്യാച്ചുകളും സ്വന്തം പേരിൽ ചേർത്തു. ഇന്ത്യ, ഓസ്ട്രേലിയ, സൗത്താഫ്രിക്ക എന്നീ ടീമുകൾക്കെതിരെ നിരന്തരം മികച്ച പ്രകടങ്ങൾ പുറത്തെടുത്തിരുന്ന ഫ്ലെമിംഗ്, ലീ ജെർമന്റെ കയ്യിൽ നിന്നും വാങ്ങിയ ക്യാപ്റ്റൻ സ്ഥാനം വെറ്റോറിക്ക് കൊടുത്തു തിരിച്ചു പോകുമ്പോളേക്കും ന്യൂസിലാൻഡ് എന്ന ടീമിനെ മറ്റാരോടും കിട പിടിക്കാവുന്ന ടീമാക്കി മാറ്റിയിരുന്നു. .

വിരമിച്ചതിനു ശേഷവും, ക്രിക്കറ്റിൽ സജീവമായ ഫ്ലെമിംഗ് ഇന്ത്യൻ പ്രീമിയർ ലീഗിൽ ആദ്യ കാലങ്ങളിൽ ചെന്നൈ സൂപ്പർ കിങ്സിന് വേണ്ടി ഓപ്പൺ ചെയ്തിരുന്നു. ഇപ്പോളും അവരുടെ ഒഫീഷ്യൽ സൈഡിൽ നിറ സാന്നിധ്യമാണ് ഫ്ലെമിംഗ്. അതിനു പുറമെ, ഓസ്ട്രേലിയൻ 20-20 ലീഗായ ബിഗ് ബാഷിലെ, മെൽബൺ സ്റ്റാർസ് എന്ന ടീമിന്റെ കോച്ചും ആയി പ്രവർത്തിക്കുന്നു ക്രിക്കറ്റ് സാങ്കേതികതയുടെ അറ്റം കണ്ട മഹാനായ ഈ കളിക്കാരൻ.

ഹഷൻ തിലകരത്ന

നിശബ്ദരായി, വലിയ ബഹളങ്ങൾ ഒന്നുമില്ലാതെ, തങ്ങളുടെ കളി കളിച്ചു, കരിയർ അവസാനിപ്പിക്കുന്നവരുണ്ട്. ടീമിന് വേണ്ടി അത്യാവശ്യം നല്ല പ്രകടനങ്ങൾ ഒക്കെ ഉണ്ടാകുമെങ്കിലും, മറ്റുള്ളവരുടെ നിഴലിൽ ആയിപ്പോവുകയോ, ശ്രദ്ധിക്കപ്പെടാതെ പോവുകയോ ഒക്കെ ചെയ്യുന്നവർ. കളിച്ച കാലത്തും, പിന്നീടും ഇവർ വെള്ളിവെളിച്ചത്തിൽ അധികം കാണില്ല. അത്തരക്കാരിൽ പ്രധാനിയാണ് ഹഷൻ തിലകര്ത്നെ എന്ന ലങ്കക്കാരൻ. 80 കളുടെ പകുതിയിൽ തുടങ്ങി, 2004 വരെ നീണ്ട ബ്രിഹത്തായ കരിയർ.

1986 ൽ, ഷാർജ കപ്പിൽ, ഇന്ത്യക്കെതിരെയാണ് അരങ്ങേറ്റം. ആദ്യകാലങ്ങളിൽ ഓപ്പണറായി തുടങ്ങിയ തിലകരത്ന, 93-94 സീസണിൽ, ഏകദിന ക്രിക്കറ്റിലെ സ്ഫോടനാത്മക മാറ്റങ്ങളുടെ ഭാഗമായി മധ്യനിരയിലേക്ക് മാറുകയായിരുന്നു. മധ്യനിരയിലാണ് ഹഷന്റെ മികച്ച പ്രകടനങ്ങൾ ഉള്ളതും. സാക്ഷാൽ ഡിസിൽവയുമായി അനേകം പാർട്ണർഷിപ്പുകളിൽ പങ്കാളിയായ തിലകരത്ന, ലങ്കയുടെ ഏകദിന മുന്നേറ്റത്തിൽ ശ്രദ്ധേയ പങ്കു വഹിച്ച കളിക്കാരനാണ്. നല്ലൊരു വിക്കറ്റ് കീപ്പർ കൂടിയായിരുന്ന തിലകരത്ന ആദ്യ കാലങ്ങളിൽ വിക്കറ്റിന് പിന്നിലും തിളങ്ങിയിരുന്നു. 1995 ൽ, സിംഗർ കപ്പിൽ, വിൻഡീസിനെതിരെ 333 എന്ന പടുകൂറ്റൻ സ്കോർ ചേസ് ചെയ്യുമ്പോൾ തകർന്ന ലങ്കൻ മുൻനിരക്കു ശേഷം, ഏഴാമനായി ഇറങ്ങിയ തിലകരത്ന വാലറ്റവുമായി ചേർന്ന് നടത്തിയ ചെറുത്തു നിൽപ്പ് ആധുനിക ക്രിക്കറ്റിലെ തിളങ്ങുന്ന ഇന്നിംഗ്സാണ്. കേവലം നാല് റൺസ് അകലെ വെച്ച് ദയനീയമായി പരാജയപ്പെട്ടെങ്കിലും, തിലകരത്നയുടെ 106 പന്തിൽ നിന്നുള്ള സെഞ്ച്വറി വേറിട്ട്

നിക്കുന്നു. ഏകദിന ക്രിക്കറ്റിലെ തന്നെ ആദ്യ ഏഴാമത് പൊസിഷൻ സെഞ്ചുറി ആയിരുന്നു അത്. 1996 ലോകകപ്പിലും ലങ്കൻ മധ്യനിരയുടെ നിറ സാന്നിധ്യമായിരുന്നു ഹഷൻ.

ടെസ്റ്റിൽ പക്ഷേ മികച്ച കരിയർ ആണ് അദ്ദേഹത്തിന്റേത്. തന്റെ അലസശൈലിക്ക് ചേർന്ന തട്ടകത്തിൽ, മധ്യനിരയിലെ ലങ്കൻ കാവൽക്കാരൻ ശരിക്കും തിളങ്ങിയിരുന്നു. ഇഷ്ടപൊസിഷനായ ആറാം നമ്പറിൽ തിലകരത്ന റൺസുകളും, സെഞ്ചുറികളും വാരിക്കൂട്ടി. ടീം മാൻ എന്ന വാക്കിന്റെ പര്യായമായിരുന്നു തിലകരത്ന കീപ്പറായും, ഓപ്പണറായും, മധ്യനിരക്കാരനായും ടീം ആവശ്യപ്പെട്ട പൊസിഷനുകളിൽ ഒക്കെ കളിച്ചു. ഒന്ന് മുതൽ, 10 വരെ എല്ലാ പൊസിഷനിലും ബാറ്റ് ചെയ്ത ആദ്യ ബാറ്റ്സ്മാൻ ആണ് ഈ ലങ്കക്കാരൻ എന്ന് പറഞ്ഞാൽ അദ്ദേഹത്തിന്റെ ആത്മാർത്ഥതക്ക് വേറൊരു ഉദാഹരണം എന്ത് വേണം!!!! 83 ടെസ്റ്റുകൾ!!11 സെഞ്ചുറികൾ!! 4500 ലേറെ റൺസ്. ഏതൊരു മധ്യനിര ബാറ്റ്സ്മാനോടും കിടപിടിക്കാവുന്ന കരിയർ!!!

99 ലോകകപ്പിലെ മങ്ങിയ പ്രകടനവും, തുടർന്നുള്ള സീരീസിലെ മോശം ഫോമും തിലകരത്നക്ക് പുറത്തേക്കുള്ള വഴി കാണിച്ചു. പിന്നീട് 2001 ൽ വീണ്ടും തിരിച്ചു വിളിച്ചെങ്കിലും മോശം ഫോം തുടർന്നു. സാക്ഷാൽ സംഗക്കാരയുമായുള്ള മത്സരത്തിൽ ടീമിൽ നിന്ന് പുറത്തായ ഹഷൻ വൈകാതെ ക്രിക്കറ്റിനോട് വിട പറഞ്ഞു, ലങ്കൻ രാഷ്ട്രീയത്തിൽ സജീവമായി.

ഹീത്ത് സ്ട്രീക്ക്

സിംബാംബ്‌വെ ജന്മം നൽകിയ ക്രിക്കറ്റർമാരിൽ ഹീത്ത് സ്ട്രീക്കിനപ്പുറം നിൽക്കുന്ന ഒരാൾ വേറില്ല തന്നെ. അവരുടെ മികച്ച ബൗളറും, ഓൾ റൗണ്ടറും സ്ട്രീക്ക് തന്നെ. ഏകദിനത്തിലും, ടെസ്റ്റിലും 100 വിക്കറ്റ് തികച്ച ഒരേ ഒരു സിംബാംബ്‌വെ ബൗളറാണ് പുള്ളി എന്ന് പറഞ്ഞാൽ പിന്നെ അതിനപ്പുറം പറയേണ്ടല്ലോ?? ഓരോ ടീമിലും മികച്ച 2 ബൗളേഴ്സ് ഓപ്പൺ ചെയ്തിരുന്ന അക്കാലത്തു സിംബാംബ്‌വെയുടെ സ്ട്രൈക്ക് ബൗളർ സ്ട്രീക്ക് മാത്രമായിരുന്നു. രണ്ടാം ബൗളറായ എഡോ ബ്രാൻഡസ് മികച്ച ബൗളർ ആയിരുന്നെങ്കിലും അദ്ദേഹം അധികം മത്സരങ്ങൾ കളിച്ചില്ലെന്ന് വേണം പറയാൻ. സിംബാംബ്‌വെ കണ്ടതിൽ മികച്ച ഓപ്പണിങ് ബൗളിംഗ് ജോഡി ബ്രാൻഡസ്-സ്ട്രീക്ക് സഖ്യം തന്നെ.

കൃത്യമായ ലൈനിലും, ലെങ്റ്റിലും ബൗൾ ചെയ്തിരുന്ന സ്ട്രീക്കിന്റെ വിക്കറ്റ് ടേക്കിങ് എബിലിറ്റി അത്ഭുതാവഹമാണ്. 16 തവണ 4 വിക്കറ്റ് വീഴ്ത്തിയ സ്ട്രീക്ക്, 7 തവണ അഞ്ചിലധികം വീഴ്ത്തി. ഇംഗ്ലണ്ടിനെതിരെ ലോർഡ്സിൽ 6 വിക്കറ്റ് വീഴ്ത്തിയ പ്രകടനമാണ് മനസ്സിൽ നിക്കുന്നത്. കരിയറിലെ അവസാനകാലത്തും വളരെ മികച്ച ആൾറൗണ്ട് പ്രകടനം പുറത്തെടുത്ത അദ്ദേഹം ആഭ്യന്തര പ്രശ്നങ്ങൾ മൂലം 32 വയസ്സിൽ ക്രിക്കറ്റ് നിർത്തുകയായിരുന്നു.

ബാറ്റ്സ്മാൻ എന്ന നിലയിലും സിംബാംബ്‌വെ മധ്യനിരയുടെ കരുത്തായിരുന്ന സ്ട്രീക്ക്. കരിയറിലെ അവസാനകാലത്തു വിന്ഡീസിനെതിരെ പൊരുതി നേടിയ സെഞ്ച്വറി സ്ട്രീക്കിന്റെ ബാറ്റിംഗ് കപ്പാസിറ്റിയുടെ ഉജ്വല തെളിവായിരുന്നു. ബ്ലിഗ്നോട്ട്, തൈബു എന്നീ വാലറ്റക്കാരെ കൂട്ടുപിടിച്ച് സ്ട്രീക്ക് നേടിയ 127 റൺസ് പുള്ളിക്ക് മാൻ

ഓഫ് ദി മാച്ച് നേടിക്കൊടുത്തു. ഏകദിനത്തിലും നിർണായക ഘട്ട ങ്ങളിൽ സ്ട്രീക്ക് ആഞ്ഞടിച്ചിട്ടുണ്ട്. കിവീസിനെതിരെ ഓക്ക്‌ലാൻ ഡിൽ നേടിയ 79 റൺസ്, ഇന്ത്യക്കെതിരെ ഷാർജയിൽ എടുത്ത 59 റൺസ് ഒക്കെ നിർണായകമായിരുന്നു.

ടീമിലെ സഹതാരങ്ങളൊക്കെ ആഭ്യന്ത പ്രശ്നങ്ങളിൽ പെട്ട് 2002 ൽ ഒരു കൂട്ട കൊഴിഞ്ഞുപോക്ക് നടത്തിയെങ്കിലും, സ്ട്രീക്ക് കുറച്ച് കാലം കൂടി കളിച്ചിരുന്നു. 2005 ൽ പ്രതിഫല തർക്കത്തെ തുടർന്ന് അദ്ദേഹവും ടീം വിട്ടതോടെ സിംബാംബ്‌വെ ടീം ടൈറ്റാനിക്കിന്റെ അവസ്ഥയിലായി. വിരമിച്ചതിനു ശേഷം കൗണ്ടി ക്രിക്കറ്റിൽ കളിച്ചി രുന്ന സ്ട്രീക്ക്, പിന്നീട് കപിൽ ദേവിന്റെ ഇന്ത്യൻ ക്രിക്കറ്റ് ലീഗിലും 2 സീസണിൽ കളിച്ചിരുന്നു. 2009 ൽ ബൗളിംഗ് കോച്ചായി ദേശീയ ടീമിൽ എത്തിയ സ്ട്രീക്ക്, തുടർന്ന് 2014-2016 സീസണിൽ ബംഗ്ലാദേ ശിന്റെ ബൗളിംഗ് കോച്ചായി. 2016 ൽ വീണ്ടും സിംബാംബ്‌വെയുടെ ഹെഡ് കോച്ചായി തിരിച്ചു വന്നു. നിലവിൽ I P L ൽ ഗുജറാത്ത് ലയൺസിന്റെ ബൗളിംഗ് കോച്ചാണ് പുള്ളി.

ഹെർഷലെ ഗിബ്സ്

1996 സൗത്താഫ്രിക്കൻ ക്രിക്കറ്റിന് മറക്കാനാകാത്ത വർഷമാണ്. ആ കൊല്ലം നടന്ന ലോകകപ്പിലെ മികച്ച പ്രകടനം മാത്രമല്ല അതിനു കാരണം. ആ സീസണിലാണ് പ്രോട്ടിയൻ ക്രിക്കറ്റിലേക്ക് പ്രതിഭകളുടെ അസാധാരണമായ ഒഴുക്ക് ഉണ്ടായത്. കാലിസ്, പൊള്ളോക്ക്, ഗിബ്സ്, ക്ലൂസ്നർ എന്നിങ്ങനെ ഒറ്റയ്ക്ക് കളി ജയിപ്പിക്കാൻ പോന്ന ഇതിഹാസസമാനരായ ഒരു പറ്റം കളിക്കാരുടെ അരങ്ങേറ്റവർഷമായിരുന്നു അത്. ദക്ഷിണാഫ്രിക്ക അവരുടെ പ്രതാപകാലം ആഘോഷിക്കുന്ന സമയം. ഓസീസും, ലങ്കയും, ഇന്ത്യയും, പാകിസ്ഥാനും അടങ്ങുന്ന ക്രിക്കറ്റ് ശക്തികളെ പ്പോലും വിറപ്പിച്ച, ദക്ഷിണാഫ്രിക്കയെഅനിഷേധ്യശക്തിയാക്കു ന്നതിൽ, കിർസ്റ്റനും, കള്ളിനനും, ഡൊണാൾഡും, ക്രോണിയയും പോലെ ഈ പുതുമുഖങ്ങളും എത്ര തന്നെ പങ്ക് വഹിച്ചില്ല!!!

കിർസ്റ്റനും, ഹഡ്സണും അടങ്ങുന്ന ഓപ്പണിങ് നിരയിലേക്കാണ് ഗിബ്സ് കടന്നു വരുന്നത്. അതോടെ ഹഡ്സൺ പതുക്കെ ടെസ്റ്റി ലേക്ക് മാത്രമായി പിൻവലിയുകയായിരുന്നു. പിന്നീട് അവരുടെ ഓപ്പണിങ് കുറച്ചു നാൾ സ്ഥിരത ഇല്ലാതെ വലഞ്ഞു. ഒരറ്റത്ത് കിർസ്റ്റൻ മറ്റേ എൻഡിൽ കള്ളിനൻ, ഇടക്ക് ഹഡ്സൺ, ഗിബ്സ് അങ്ങനെ മാറ്റി മാറ്റി പരീക്ഷിച്ചു. അവസാനം 1998 സീസണിൽ ഗിബ്സ്-കിർസ്റ്റൻ ഓപ്പണിംഗ് സ്റ്റാൻഡ് ഏതാണ്ട് സ്ഥിരമായി. ഏകദിനത്തിന് ചേർന്ന വേഗതയും, ചുറുചുറുക്കും കൈമുതലായു ണ്ടായിരുന്ന ഗിബ്സ് തന്റെ മുൻഗാമിയായ ഹഡ്സണിൽ നിന്ന് വ്യത്യസ്തമായി ആക്രമണക്രിക്കറ്റിന്റെ വക്താവായിരുന്നു. ആദ്യകാ ലങ്ങളിൽ പറയത്തക്ക മികച്ച പ്രകടനങ്ങൾ ഒന്നും ഇല്ലാതിരുന്ന

ഗിബ്സ്, 2000 ൽ ക്രിക്കറ്റിനെ മാറ്റിമറിച്ച കോഴവിവാദത്തിൽ കൂടി പെട്ടതോടെ കരിയറിൽ താൽക്കാലികമായ ഒരു ഗ്യാപ്പ് ചെയ്തു. ലഹരി ഉപയോഗത്തിന്റെ പേരിലും ഗിബ്സിന്റെ പേര് അക്കാലത്തു ഉയർന്നുകേട്ടിരുന്നു.

എട്ടു മാസത്തോളം ക്രിക്കറ്റിൽ നിന്ന് വിട്ടു നിന്ന ഗിബ്സ്, 2001 ൽ വീണ്ടും ദേശീയ ടീമിലെത്തി. തന്റെ രണ്ടാം വരവിൽ ആയിരുന്നു, ഗിബ്സ് എന്ന ബാറ്റ്സ്മാൻ തന്റെ പേരിനൊത്ത പ്രഭാവത്തോടെ കളിച്ചു തുടങ്ങിയത്. പിന്നീടങ്ങോട്ട് 10 കൊല്ലത്തോളം ആ ബാറ്റിൽ നിന്ന് റൺസുകളുടെ നിലക്കാത്ത പ്രവാഹം ആയിരുന്നു. കിർസ്റ്റൻ-ഗിബ്സ് കൂട്ടുകെട്ട് അവരുടെ ഫോമിന്റെ പാരമ്യതയിൽ ആയിരുന്ന പിന്നീട് 2 കൊല്ലത്തോളം. കിർസ്റ്റന് പകരമായി സ്മിത്ത് എത്തിയപ്പോളും റണ്ണൊഴുക്കിന് മാറ്റമൊന്നും വന്നതുമില്ല. 2002 ൽ അടുപ്പിച്ചു 3 സെഞ്ച്വറികളുമായി, തന്റെ വരവറിയിച്ച ഗിബ്സ് ഹാട്രിക്ക് സെഞ്ച്വറി ക്ലബ്ബിൽ അംഗമായി. നിലവിൽ 8 പേരാണ് ആ ഗ്രൂപ്പിൽ ഉള്ളത്. സഹീർ അബ്ബാസ്, അൻവർ, സംഗക്കാര, എ ബി ഡി, ബാബർ അസം, ഡികോക്ക്, റോസ് ടെയ്‌ലർ എന്നിവരാണ് മറ്റുള്ളവർ. ഇതിൽ തന്നെ 4 സെഞ്ചുറികൾ അടുപ്പിച്ചടിച്ച സംഗയാണ് മുന്നിൽ. 2002 ൽ തന്നെ ഗിബ്സ് 4 സെഞ്ച്വറി നേടേണ്ടതാണ്. ബംഗ്ലാദേശിനെതിരെ 155 എന്ന ലക്ഷ്യം പിന്തുടരുന്നതിനിടയിൽ 97 റൺസിൽ പുറത്താകാതെ നില്ക്കാൻ ആയിരുന്നു ഗിബ്ബസിന്റെ വിധി. കേവലം 3 റൺസ് അകലെ റെക്കോർഡ് നഷ്ടം!! 2006 ൽ, ഏകദിനക്രിക്കറ്റ് ഉള്ള കാലത്തോളം പ്രശസ്തമായ, ജോഹന്നാസ്ബർഗ് ഏകദിനത്തിൽ ഓസീസിനെതിരെ 434 എന്ന കൂറ്റൻ സ്കോർ പിന്തുടരുമ്പോൾ ഗിബ്സ് കാഴ്ച വെച്ച 111 പന്തിൽ നിന്ന് 175 റൺസിന്റെ അസാധാരണ ഇന്നിംഗ്സ് ആണ് അദ്ദേഹത്തിന്റെ മികച്ച ഇന്നിംഗ്സ് ആയി ഓർമിക്കപ്പെടുന്നത്. 2007 ലോകകപ്പിൽ നെതെർലാൻഡ്സിനെതിരായ മത്സരത്തിൽ അവരുടെ സ്പിന്നർ ഡാൻ വാൻ ബാങ്കിനെ ഓരോവറിലെ 6 പന്തും സിക്സടിച്ച മത്സരവും വിസ്മരിക്കാവുന്നതല്ല. ലിമിറ്റഡ് ഓവർ ക്രിക്കറ്റിൽ അതിനു മുൻപും, പിൻപും അത് ഉണ്ടായിട്ടുമില്ല. (T 20 യിലെ നമ്മുടെ യുവിയുടെ പ്രകടനം ഈ അവസരത്തിൽ ഓർക്കുന്നു.)

ടെസ്റ്റിലും ദക്ഷിണാഫ്രിക്കയുടെ വിശ്വസ്തൻ ആയിരുന്നു ഗിബ്സ്. മധ്യനിരക്കാരനായി തുടങ്ങി, ഓപ്പണറായി മാറിയ ഗിബ്സ് കുറച്ചു കൂടി ആധികാരികമായി പറഞ്ഞാൽ ടെസ്റ്റിലാണ് മികച്ച ബാറ്റിംഗ് കാഴ്ച വെച്ചത്,. തുടക്കത്തിൽ. 1999 ൽ കിവീസിനെതിരെ നേടിയ

ഡബിൾ സെഞ്ചുറിയും, തൊട്ടടുത്ത ടെസ്റ്റിൽ നേടിയ സെഞ്ചുറിയും ഗിബ്സ് എന്ന ബാറ്റ്സ്മാന്റെ പട്ടാഭിഷേകം ആയിരുന്നു. കാലിസുമായി ചേർന്ന് ടെസ്റ്റിൽ ഗിബ്സ് പടുത്തുയർത്തിയിട്ടുള്ള കൂട്ടുകെട്ടുകൾ ഒരുകാലത്തു ദക്ഷിണാഫ്രിക്കയുടെ ഉരുക്കുകോട്ടകൾ തന്നെ ആയിരുന്നു. കിവീസ്, ഇന്ത്യ, ഇംഗ്ലണ്ട് ടീമുകൾക്കെതിരെ നിരന്തരം മികച്ച കാളി പുറത്തെടുത്ത ഗിബ്സ് 2003 ൽ വിന്ഡീസി നെതിരെ തുടർച്ചയായ ഇന്നിംഗ്സുകളിൽ നേടിയ 3 സെഞ്ചുറികൾ ടെസ്റ്റ് ക്രിക്കറ്റിലെ മനോഹരകാഴ്ചകളിൽ ഒന്നായിരുന്നു. 3 ഫോർ മാറ്റിലുമായി 350 ലേറെ മത്സരങ്ങൾ, 35 സെഞ്ചുറികൾ, 70 ലേറെ അർദ്ധസെഞ്ചുറികൾ !!!

ഗിബ്സിനെ കുറിച്ച് പറയുമ്പോൾ, ഫീൽഡിലെ അദ്ദേഹത്തിന്റെ കഴിവുകളെ കുറിച്ച് പറയാതെ ഈ കുറിപ്പ്. പൂർത്തിയാകില്ല. തന്റെ ടീംമേറ്റായ, ഫീൽഡിലെ സൂപ്പർസ്റ്റാർ സാക്ഷാൽ ജോണ്ടിയുമായി കംപെയർ ചെയ്യപ്പെടുന്ന താരമാണ് ഗിബ്സ്, ക്രിക്കറ്റ് നിരൂപ കരുടെ വിലയിരുത്തലിൽ ചിലപ്പോളൊക്കെ ജോണ്ടിയേക്കാൾ മികച്ച പ്രകടനം ഗിബ്സ് ഫീൽഡിൽ നടത്തിയിരുന്നു എന്നാണ് കണക്കുകൾ. 99 ലോകകപ്പ് മുതൽ, 2015 വരെയുള്ള മത്സരങ്ങളിൽ ഏറ്റവും കൂടുതൽ റൺ ഔട്ടുകളിൽ പങ്കാളിയായ ഫീൽഡറാണ് ഗിബ്സ്. തികഞ്ഞ പന്തടക്കവും, വേഗതയും, അസാമാന്യ മെയ്വ ഴക്കവും ഗ്രൗണ്ടിൽ പ്രദർശിപ്പിച്ച ഗിബ്സ്, ഡയറക്ട് ഹിറ്റുകൾക്കു പേരുകേട്ട താരമായിരുന്നു. അസാമാന്യ ഫീൽഡറായ ഗിബ്സ് പക്ഷേ, കൂടുതലും അറിയപ്പെടുന്നത് കൈവിട്ടുകളഞ്ഞ ഒരു ക്യാച്ചിന്റെ പേരിൽ ആണെന്നത് വിരോധാഭാസം തന്നെ.